नेत्र हवे मज

गोविंद अनंत कुळकर्णी

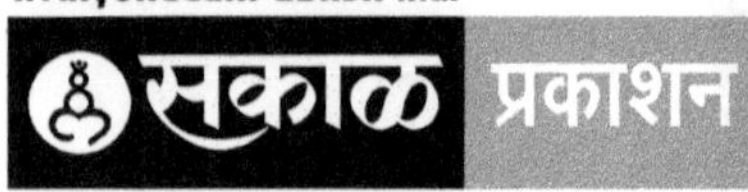

Netra Have Maj
© Govind Anant Kulkarni, 2024

नेत्र हवे मज
© गोविंद अनंत कुळकर्णी, २०२४

प्रथम आवृत्ती	: मे, २०२४
प्रकाशक	: सकाळ मीडिया प्रा. लि.
	५१५, बुधवार पेठ, पुणे-४११ ००२
मुखपृष्ठ, मांडणी आणि मुद्रितशोधन	: सारद मजकूर, पुणे
मुद्रणस्थळ	: विकास प्रिंटिंग ॲण्ड कॅरिअर्स प्रा. लि.
	प्लॉट नं. ३२, एमआयडीसी, सातपूर,
	नाशिक
ISBN	: 978-81-968004-4-4
संपर्क	: ०२०-२४४० ५६७८ / ८८८८८८४९०५०
	sakalprakashan@esakal.com

माझी आई कै. ती. गंगा
आणि
वडील कै. अंताजी धोंडदेव कुळकर्णी
यांच्या अनंत अक्षय स्मृतींना
ही शब्दफुलांची आदरांजली
मनोभावे समर्पित!

काव्य आणि कविता

शोध हा जिज्ञासेपोटी असतो. त्यातून ज्ञान मिळते. आपण आपल्या जीवनाचा अर्थ शोधत असताना जे काही समोर दिसते; ते विस्मयचकित करणारे आणि एक वेगळीच अनुभूती देणारे असते. त्यातून एखादी कल्पना सुचते. भावभावनांच्या प्रक्रियांमधून मनापुढे ते अव्यक्त साकारत जाते. मनात साकारलेले चित्र दिसू लागते, तेव्हा ते कधी एकदा शब्दरूपात उतरवतो, असे होऊन जाते. तळमळ, तगमग स्वस्थ बसू देत नाही. त्यामुळे ते झटक्यात शब्दरूपात उतरते. तेच त्या आकृतिबंधाचे खरे रूप होय. हाती असलेल्या शब्दांमधून ते साकारलेले असते. त्यात काना-मात्राने फरक करण्याची मनाची तयारी नसते. न जाणो, तत्क्षणी व्यक्त झालेल्या भावाविष्कारात फरक पडला तर...

सगळे शेवटी गोल गोल फिरण्यासारखे आहे, स्थिर असे काही नाही. असे गोल गोल, फिरत फिरत केंद्रिभूत होत जाणे, तसे होत होत आपल्या कक्षा विस्तारत नेणे, हे अस्तित्व आकाशावेरी होणे. विविध रंगढंग, उजेड, अंधार चमचम, बिंदू ते सिंधू होत जाणे असा हा प्रवास अखंडित, असीम आहे. अनुभवांतून, जाणिवांमधून जे काही उमगत जाते, उमजत जाते; ते आपल्या कलाकृतीतून प्रकट होत असते. शब्दरचनेतून, शैलीतून, शब्दांच्या पुनरुक्तीतून, अभावांतून येथे कवितारूपाने प्रकट झालेले आहे.

समाधान अशासाठी आहे की, सन १९५५ ते १९७७ च्या दरम्यान शाळा-कॉलेजमध्ये असताना केलेल्या या कविता आज वाचताना त्या त्या वेळच्या भावानुभवांना अनुभवताना विलक्षण आनंद होतो. एका वेगळ्या जगात वावरत असल्याचे जाणवते. मनात सुखद लहरी बुदबुदत राहतात. म्हटले तर, हे खूप आहे. त्या काळातील सामाजिक, राजकीय वातावरणही भुरळ घालणारे होते. भारत स्वतंत्र झाला होता. आपल्या राज्यघटनेनुसार देशाचा राज्यकारभार चालला होता. नव्या उमेदीने लोक उत्साहात वावरत होते. समोर खूप मोठे आदर्श होते. सामाजिक, राजकीय, शैक्षणिक अशा विविध क्षेत्रांतील लोक देश उभारणीच्या कामासाठी धडपडत होते. कोणत्या ना कोणत्या ध्येयाने प्रेरित होऊन आपले आणि आपल्या

समाजाचे जगणे सुख-समृद्धीचे करण्याकरता प्रयत्नशील होते. याबाबतीत शाळा-कॉलेजातील शिक्षकही मागे नव्हते. सर्वच जण कर्तव्यभावनेने आपापल्या क्षेत्रात कार्यरत होते. आम्हाला हे सगळे नवीन होते, अद्भुत होते, प्रेरक होते. इयत्ता दहावीत असताना आमच्या सरांनी कविवर्य मंगेश पाडगावकरांची 'हात हवे मज' ही कविता शिकवली होती आणि कवितेखालील गृहपाठ करून यायला सांगितले होते. गृहपाठ होता, 'हात हवे मज' या कवितेप्रमाणे 'नेत्र हवे मज' या शीर्षकाची कविता करणे. घरी आलो आणि एकटाकी कविता लिहून काढली. सरांनी कविता वाचून खूपच कौतुक केले. एवढेच नाही, तर इतर सर्व शिक्षकांनीही इतके कौतुक केले की, मला संकोचल्यासारखे झाले होते. ही त्या वातावरणाची निर्मिती होती.

आपण कोणत्या ना कोणत्या विषयावर सतत विचार करत असतो. मन कुठे कुठे फिरत असते. रोजचे जगणे, त्याचे प्रयोजन काय? याचे चिंतन सुरू असते. सत्य काय आहे? अस्तित्व काय आहे? जाणून घेता घेता आपण चैतन्यशक्तीजवळ जातो आहोत, असे वाटायचे. यातूनच कविता निर्माण व्हायची.

सामाजिक, सांस्कृतिक आशयाबरोबर आध्यात्मिक, तात्त्विक आशय असलेली कविताही मानसिक अवस्थेनुसार निर्माण झालेली आहे. आपल्यालाच जणू सत्य गवसले आहे, असे वाटायचे. त्यामुळे होणारा आनंद काही औरच होता. अलौकिक, 'सच्चिदानंद' तो हा!

जीवनप्रवाह ऐहिक जीवनापुरता मर्यादित नाही. तो गतजीवन, गतजन्माबरोबर आलेला असतो. इतका तो व्यापलेला आहे की, त्यावर विचार करता करता थकून जायला होते, डोके सुन्न होते. पूर्वेतिहास आठवताना, लढवय्यांचा संघर्ष पाहताना, संवेदनांनी जाणवते,

वाटते मनात

पूर्वी काही बरंच अनुभवलंय

लढाया मारल्यायत

घोडे उडवलेयत

आकाशात भराऱ्या घेतल्यायत.

त्याचबरोबर स्वप्ने पडतात, भविष्यात घडणाऱ्या गोष्टींचे संकेत सूचित होतात. पुढे कधी वावरताना, संबंधितांमध्ये एखादा प्रसंग घडत असताना वाटते, 'अरे, पूर्वी कधीतरी असेच काहीसे अनुभवले आहे. अगदी असेच! तीच माणसे, तेच संवाद, कुठे आणि कधी बरे पाहिले आपण?' अशा स्वरूपाचे स्वप्नात कधीतरी पाहिले असावे. तेव्हा एकदम चकित व्हायला होते. परिणामी लिहिले जाते,

आपण पाहतो, प्रत्येक गोष्टीला कधी ना कधी अंत हा ठरलेला असतो. जग उत्पन्न झालेले आहे, तसेच ते नाहीसेही होणार आहे. ते उत्पत्ती, स्थिती आणि लय या चक्रात सुरूच राहणार आहे. यामागे कोण्या अदृश्य शक्तीचा हात आहे का? असलाच तर त्या शक्तीचा हेतू काय? आपण कुठल्या नियतीची बाहुली आहोत? म्हणजे हे जीवन भ्रमच म्हणावयाचे का? विचार करून करून डोके सुन्न होते. बालपणीच्या सुखद काळाचेही आता काही वाटेनासे होते.

प्रश्न पडतातच. जीवन असार आहे. निरर्थक आहे सगळे! काळ चालला आहे. आपल्या जगण्याच्या मर्यादाच जशा तो सांगतो आहे. म्हणून म्हणतो, काय करायचेय विचार करून? काय सांगायचेय कुणाला? आणि कशाला?

आपण स्वतंत्र नसतोच. जन्मदाता, पोसणारा, तारणारा, मारणारा कुणी वेगळाच! त्याचे इथले दृश्यस्वरूप म्हणजे केवळ त्या अव्यक्तांचे प्रतिबिंबच. त्या अव्यक्तास भेटण्यासाठी आपण आसुसलेले असतो. क्षणभंगुरत्व जाणवून खरे अस्वस्थ वाटते; पण जन्म-मृत्यू-जन्म यातून जीवनसातत्य जाणवतेच. भौतिकतेच्या आधारावर दिसते त्या विश्वाच्या पलीकडे काय, केवढे आणि कसे जग आहे? की या भौतिकतेतच जीवनाची इतिकर्तव्यता आहे? परिपूर्णता आहे? पलीकडे असे काही नाहीच. विचार... विचार... विचार... आणि डोके सुन्न होते!

सूर्य : सृष्टीतील विविधता पाहून मन थक्क होते. प्रत्येक गोष्टीतच चैतन्य आहे. सूर्य एक चैतन्यशक्ती आहे. सूर्याचेच तेज सर्वत्र पसरलेले आहे. सृष्टीमध्ये जे चैतन्य

दिसते, जाणवते, भिडते; ते सूर्याचे सृष्टीतील हरएक रूपातून प्रकट होणे आहे. स्वत:
अलिप्त राहून सृष्टीच्या हरएक रूपातून तो स्वत:ला पाहत आपल्या स्थिती, गतीचा
आनंद घेत असतो. त्यात तो रमत असतो. 'सूर्य' या कवितेत हेच दिसत आहे,

आग आग पिता पिता
आपलेपण संपलेलाच सूर्य
बघतो आपुले रूप
सृष्टी सृष्टीच्या फेरामध्ये
खुळा स्वत:लाच हरवून बसतो
दवाच्या थेंबांत जादू होऊन बसतो.

आपण निसर्गातून आनंद घेत असतो आणि त्याला उजळवत असतो. त्याचे गाणे
गात असतो. त्या निराकार अस्तित्वाची जाणीव करून घेऊन त्या चिंतनात आणि या
विश्वात जाण्यास निसर्ग प्रवृत्त करत असतो. निराकार अस्तित्वाचा शोध घेत घेत
पुढे त्या अस्तित्वमय होणे, प्रफुल्लित होणे, हे सारे निसर्ग आपल्यातून आपल्यालाच
देत असतो. देणे-घेणे एकच असते.

कोंभ : सृष्टीतून ऋतुमानानुसार मिळणारा सुगंध मातीतून मिळत असतो. कुजलेल्या
वस्तूंचा घाण वास ती वस्तू मातीत विरल्यानंतर विरून जातो, नाहीसा होतो. म्हणूनच
म्हटले आहे, 'मातीचाच वास, मातीचीच घाण'. पण मातीच्या सृजनातून फुलाफळांना
वास येत असतो. मातीतूनच ज्ञान मिळते, म्हणून 'उगवता कोंभ प्रकाशाचा!'

ज्या दृष्टीने, अपेक्षेने आपण एखाद्या वस्तूकडे पाहतो आणि त्या वस्तूबद्दल
विशिष्ट समज करून घेतो, तीच वस्तू उघड्या डोळ्यांनी पाहिली, तर आपल्याला
त्या वस्तूबद्दलच्या समजापेक्षा ती वस्तू वेगळीच दिसते. प्रत्यक्ष वस्तूच्या दर्शनाने
त्या वस्तूबद्दलचा आपला भ्रम दूर होतो, म्हणून 'वस्तूची भलाई डोळे फोडण्याची'.

जगाचा अभ्यास करण्याचे व्रत घेतले आणि त्या दृष्टीने जगाकडे पाहायला गेलो,
तर जगाचा पसारा-विस्तार पाहून मन थक्क होते. त्याचा अभ्यास करताना दमछाक
होते. म्हणून म्हणतो,

जगाच्या शाळेत घातले मी नाव
क्षणाची उसंत नाही मुळी मज
असा भिकारी मी मागतो आराम
माझ्याच गजांत तडफड माझी!

या अवस्थेत स्वत:साठी आपण काही करत नाही. मिळवत नाही. जगण्यातली

चुरसच राहत नाही. स्पर्धा ती कुणाशी करायची? सर्वच आपले! असूया नाही, द्वेष नाही. कुणावर रागवायचे? कशासाठी रागवायचे? अज्ञानातून माणसे स्वार्थांध बनतात, चुकीची वागतात, तेव्हा शब्द येतात, 'विषाची ही कीव, फुलणाऱ्या फूल भले हालाहला.'

दु:खाचा डोंगर कोसळला तरी परिस्थिती स्वीकारून मन जगण्यासाठीची चुरस नाकारते. म्हणते,

अशा काळोखाची चाखतो मी गोळी
देखताहे होळी स्पर्धेचीही!

ओळख : विचारांच्या ओघात जीवनासंबंधी आपल्यालाच प्रश्न पडतात. आपण कोण? कोटून आलो आणि कोठे जायचे? सुखी जीवनासाठी वैभव प्राप्त करून घेण्यासाठी किती धडपडायचे? शेवटी खरे सुख कशात आहे? या एवढ्या जगड्व्याळ जीवनात आपण कोण, कुठले क्षुद्र! यापुढे आपण मिळवलेले वैभव ते किती काय म्हणायचे? कशासाठी मिळवायचे? आपले भावविश्व, अध्यात्म, विचार एकूण आपले जगणेच निसर्गाबिरोबर निसर्गातून व्यक्त होते.

जीवनासंबंधी खरे सत्य सांगतानाही असे दिसते की, पावसाच्या धारा पिंगा घालतात, पागोळ्या पिंगा घालतात, झाडे, माड पिंगा घालतात, त्यांच्यासंगे आपणही पिंगा घालतो. पिंगा घालता घालता भोवंडून जातो. आपले हे सगळे जीवन असेच हरवून बसते, तर भौतिक सुखात काय गोडी?

माझ्याच मला ओळखायला कुणी शिकवले?
माझ्याच पुढचे ताट कसे हरवून बसले?
अशी अवस्था होते.

भूल : विनाशातून नवजीवनाची निर्मिती होते. 'भूल' या कवितेचा आशय हाच आहे.
मढ्याला लाभले अनंत आयुष्य
जित्या खांद्यावर हासे मुक्त!
'मरणात खरोखर जग जगते', या कविवर्य भा. रा. तांबे यांच्या कवितेतील ओळी आठवतात. पुढील ओळी पाहा :
काय गा अव्यक्ता भूल तुझी ऐशी
मिरविशी कैसा मेल्यावर?

खाडीकिनार : उन्हाळ्यातील संध्याकाळी होडीतून जात असताना, किनाऱ्याकडे पाहताना वाटते की, खाडीकिनार जणू कुणी नवयौवना आहे. किनाऱ्याला पाणी बिलगताना चुबूकचुळ असा आवाज येतो. जणू ती हसते आहे. कधी जोराने पाणी धडकते, तेव्हा ती जणू खिदळते आहे, असे वाटते. असे हे दृश्य पाहताना डोळे फुलून येतात. ते दृश्य डोळ्यांपुढून हलूच नये, असे वाटते. खिळूनच राहतात डोळे. खाडीकिनारीच्या त्या सौंदर्याने ते लकाकत राहतात. तो तिचा रंग, ढंग, तो मातकट रंगगंध, तो तिचा खळखळ ध्वनी कानामनात रुंजी घालत राहतो. म्हणून अगदी आत्तासुद्धा तोच अनुभव येत आहे.

आतासुद्धा मिटल्या डोळ्यांत तिच्या हाती
आमच्या डोळ्यांची फुले ताजी आहेत.

खाडीकिनारीचे सौंदर्य दाखवता दाखवता त्यातून स्त्री-पुरुष प्रेमभावनेचा आविष्कार सूचित होताना दिसतो. येथे 'चांदोबा येणार आहे' या शब्दांनी ती प्रेमभावना सूचित होताना दिसते. स्त्री-पुरुष प्रेमभावनेचा हा ओघ विविध पद्धतीने, विविध निसर्गदृश्यांतून आविष्कृत झालेला दिसतो. कधी दोन्ही बाजूंनी प्रेम असते; पण दोन्हीकडून ते व्यक्त मात्र होत नाही. खरोखरीच आपल्याला वाटते तसे ते दुसऱ्या व्यक्तीला वाटते आहे का? हे खात्रीपूर्वक सांगता येत नाही. तिच्या व्यक्त होण्याची वाट बघायची. ती आपल्याकडे आली तरी... 'तू आलीस...! आलीस पण धुक्याचे वस्त्र लेवून!' अशीही संभ्रमावस्था दिसते.

प्रतीक्षा चालूच असते. कधी शेजारी आजूबाजूला लग्नसमारंभ असतो. त्यावेळी प्रियकराच्या मनात खळबळ माजते आणि तो म्हणतो,

आठव येतो परी तुझा अन्
वादळ घुमते मनात माझ्या

कधी त्याला असे होते; प्रेयसीने भेटायला यावे. ते कसे?

वर्षेतील वाऱ्यासवे यावेस तू थरारत
ओल्या गार झुळकेचा धुतलेला श्वास आणि
सवे घेऊन तू... यावेस तू थरारत... असे.

प्रतीक्षा करता करता जाणवायला लागते, आता सगळे संपलेले आहे. आपल्यापासून ती बाजूलाच झालेली आहे. प्रेम संपले आहे. मग मात्र आपण समजूतदारपणाचा आव आणून पोक्तपणे म्हणतो,

बरे झाले तू लवकर ओळखलेस

आणि माझा नाद सोडलास
एकांडाच मी
रस्त्याविना भटकणे
हे माझ्या प्राक्तनात आहे
या चालीत तुझी धडगत लागली नसती
हे तुला कळले
माझ्या हातावरील माजलेले रण...
तू पाहिलेस आणि बाजूला सरकलीस
हे चांगले झाले!

'डोळा' कविता एक कथा सांगते. निरांजनासारखा शांत तेजाळत असलेला तो डोळा ज्ञातापलीकडे चिरशांती शोधतो आहे. त्याच्या त्या स्वप्नातील चिरशांतीचे गीत तो लिहीत आहे आणि अकस्मात अशी काही अनाघ्रात दिलखेचक सुंदरता अरुणोदयासमयी दवबिंदूच्या रूपाने त्याच्या डोळ्यांना भिडते आणि क्षणभरात तो दवबिंदूच गळून जातो. या घटनेने चिरशांतीचे स्वप्न तर दूरच; पण ते बाळगणारा तो नैराश्याच्या गर्तेत इतका कोसळतो की, सगळे जगच शून्य होते. पोकळीच नुसती की, जिच्यातून काहीच निष्पन्न होणार नसते. सर्वत्रच घोर अंधार भरून राहिला आहे, म्हणून ती पोकळीच गाडण्यासाठी तो अंधार खोदतो आहे, अजून खोदतो आहे.

पहाट न्हाला थेंब दवाचा
अज्ञाताच्या पानावरुनी
ओघळताना हास्य कोवळे तोच गळाला...?
हाय परि अन् डोळा झाला तेव्हापासुनी खुळा बापुडा
वांझ पोकळी पुरण्यासाठी अजून आहे
खोदीत खड्डा घोर तमाचा!'

सीतेची आसवे : पावसाळ्यात याच नावाची फुले कोकणात सड्यावर फुलतात. आख्यायिका अशी आहे की, लंकेचा राजा रावण, सीतेला आकाशमार्गे पळवून नेत असताना तिची आसवे जमिनीवर पडली होती. तीच आसवे पावसाळ्यात फुले होऊन प्रकटतात. हीच ती निळी निळी पिटुकली फुले स्त्रिया श्रावणात मंगळागौरीला वाहतात. शतावरी, सार्वडांसोबत या फुलांनी मंगळागौरीची सजावटही करतात. पावसाळ्यातील निसर्ग, श्रावणातील व्रतवैकल्ये, बालकवींची सदाहरित 'श्रावणमासी...' कविता अशा अनेक अंगांनी ही कविता मनाला स्पर्श करते.

भारताचा लाल : भारताचे माजी पंतप्रधान कै. लालबहादूर शास्त्री यांनी सप्टेंबर १९६५च्या भारत-पाक युद्धात, भारताने पाकिस्तानवर विजय मिळवल्यानंतर मुंबईत, आझाद मैदानावर झालेल्या विजयसभेत म्हटले होते की, 'कभी कभी छोटी चीजें भी बडा काम देती है।' कै. आचार्य प्र. के. अत्रे त्यांना उद्देशून म्हणाले होते, 'मूर्ती लहान पण कीर्ती महान!' शास्त्रींची ही सभा अतिशय गाजली; पण लालबहादूर शास्त्री रशियात ताष्कंद कराराच्या वेळी दुर्दैवाने आकस्मिक निधन पावले. त्यांचे निधन चटका लावून गेले. तेव्हा भारत देश तर हादरलाच; पण जगही हळहळले. त्यावेळची भावावस्था व्यक्त करणारी ही कविता आहे.

प्राक्तन : या कवितेतील कबुतरांचा उल्लेख 'शांतीदूत' म्हणून केला आहे. इथे मनातील सर्वप्रकारच्या भावभावना वाङ्मयातील नऊरसांद्वारे व्यक्त होतात. एखाद्या आघाताने या भावभावना, रसांचा पायाच उखडला जातो. जीवनच अधांतरी लटकते की काय, असे वाटायला लागते.

आणि ही कबुतरे तरंगतात अजूनसुद्धा

कलाकाराच्या दृष्टीने भौतिक परिस्थितीचा आधार हा कलाकृतीच्या निर्मितीला पोषक ठरतो. नैसर्गिक आघातांमुळे जीवनाचा आधारच कोसळतो, तुटतो. तेव्हा सगळे अधांतरी लटकलेलेच राहते. येथे 'कडा' हा एक आधार आहे आणि तोच नाहीसा होतो तेव्हा,

कडाच बुडतो धरणीकंपात

आणि ही कबुतरे तरंगतात

अजूनसुद्धा! अधांतरी

नैसर्गिक आपत्ती माणसाच्या हातात नसतात, म्हणून अस्थिरता.

शब्दधन ग्रंथी : जगातील विविध विषयांचे विश्वव्यापक, सर्वस्पर्शी, यच्चयावत ज्ञानग्रंथांतून मिळते. शब्दाशब्दांतून व्यक्त झालेले हे ज्ञान म्हणजे एक विलक्षण ठेवा आहे. दुसऱ्यांना उपयोगी पडावे म्हणून हे ज्ञान शब्दबद्ध केले आहे. यातून भूतकाळाशी असलेले आपले लागेबांधे आपण पाहतो आणि हे लागेबांधे आपण पुढच्या पिढीला जाणवून देतो. त्याप्रमाणे मार्गदर्शन करतो. मागच्या आणि आताच्या ज्ञानाच्या आधारावर भविष्याचा वेध घेत एकूण सर्वव्यापी ज्ञान जे दिसते, ते सर्वांसाठी ग्रंथरूपाने संचित करून ठेवतो. म्हणून,

प्रकाशाला मीच पकडले प्रकाश होण्यासाठी

अक्षराअक्षरांत रेखला तो प्रकाश

मागून पुढे नाते सांगत

वाट पाडीत आपली पुढच्यांसाठी

का आपल्यासाठी; आपल्या खुणा उमटवून ?

तोच ग्रंथ जादू जसा पानापानांत फुलतो

होऊन प्रकाश तोच माणूस

जगातून जगावेगळे सांगतात ग्रंथ!

ग्रंथात एवढी शक्ती आहे -

मेल्या मुडद्यांतसुद्धा

वीज चमकवणारी प्रतिभा वाणीबद्ध

माणसाची माणासासाठी!

ज्ञानाचे हे भांडार शब्दरूपात असलेले हे धन आहे. म्हणून,

शब्दचैतन्याचे लास्य

प्रकाशाचे हास्य

ओसंडले धन अवघेचि या ग्रंथी!

ज्या काही कवितांबद्दल टिपणवजा सांगावेसे वाटले, ते येथे सांगितले आहे. माझे हे शब्दधन रसिकांपुढे ठेवले आहे. रसिक वाचकांच्या प्रतिसादाशिवाय ते उजळणार नाही, हे त्रिकालबाधित सत्य. त्याला परिपूर्णता येणे रसिकांच्या हातात!

विनम्र भावाने आपला निरोप घेतो.

इति अलम्

आणखी काही टिपा

'आता डोके सुन्न होते' या कवितेतील पुढील ओळी पाहा :

ती संध्याकाळ

उद्या राक्षस मारायचा

म्हणून ही कारटं

अश्शी तुडवायची फोडायची

डाव्या पायाच्या अंगठ्यानं

वा रे व्वा! अश्शी मज्जा

ती संध्याकाळ - दिवाळीच्या सणातील नरकचतुर्दशीच्या आधीचा धनत्रयोदशीचा

दिवस. त्या दिवसाची संध्याकाळ फटाकडे, कारिटे, पणत्या वगैरे गोष्टींची जमवाजमव करण्याची. त्या दिवसांत कारिटांच्या पणत्याही करायचो. कारीट म्हणजे काकडीसारखे दिसणारे टोमॅटोएवढे हिरव्या रंगाचे अतिशय कडू फळ. हे फळ नरकासुराचे प्रतीक म्हणून नरकचतुर्दशीच्या दिवशी भल्या पहाटे अभ्यंगस्नान करून डाव्या पायाच्या अंगठ्याने फोडायचे असते. अशी प्रथा आहे. एकूणच दिवाळीचा पंधरवडा म्हणजे लहानपणी मज्जाच मज्जा! त्यातील ही उत्साहाची संध्याकाळ.

प्राक्तन : (१) या कवितेतील 'कावळे आयुष्याचे भाग्य' यासंबंधी कावळे हे दीर्घायुषी असतात, असा समज रूढ आहे. पितरांना संतुष्ट ठेवण्यासाठी दुपारच्या जेवणापूर्वी बाहेर वरणभात किंवा दहीभाताचे पान ठेवण्याची परंपरा आहे. पितरांच्या वतीने ते अन्न कावळेच खातात, असा समज रूढ आहे. त्या पानाला 'काकवळ' म्हणतात. 'कावळे आयुष्याचे भाग्य, कावळे चाखोत बापडे...' यामागे एवढी पार्श्वभूमी आहे.

(२) संत निवृत्तीनाथ, ज्ञानदेव आदी चार भावंडे पैठण येथे असता एका अशक्त रेड्याच्या पाठीवर पखालीचे ओझे लादून पखालवाला रेड्याला फटके देत पिटाळत होता. हे दृश्य पाहून ज्ञानदेवांच्या डोळ्यांत पाणी आले. तेव्हा पैठणच्या ब्राह्मणांनी 'तू का रडतो?,' असे ज्ञानदेवांना विचारले. त्यावर ज्ञानदेवांनी उत्तर दिले, 'सर्व प्राणिमात्रांचा आत्मा एकच आहे. रेड्याच्या असह्य वेदना मला होत होत्या.' त्यावर ब्राह्मणांनी विचारले, 'असे जर म्हणतोस, तर तू शिकलेला वेद या रेड्याला म्हणता येईल का?' यावर ज्ञानेश्वरांनी आपल्या लोकविलक्षण शक्तीने रेड्याच्या तोंडून वेद वदवून घेतला. ज्ञानेश्वरांच्या या कर्तृत्वाला दाद देऊन ज्ञानेश्वरांना शुद्धिपत्र देऊन त्यांचा सत्कार केला.

ज्ञानेश्वरांच्या संवेदनशीलतेची अशी परीक्षा घेणे दुर्दैवी होते. त्याज्य होते. निषेधार्ह होते. संत ज्ञानेश्वरांची प्रतिभा, भावना, सहवेदना सगळे बाजूला पडले आणि केवळ चमत्कार तेवढा दिसला. म्हणतात ना, 'गाढवापुढे वाचली गीता...' लोकांपुढे ज्ञान, प्रतिभा, सहवेदना सगळे फुकट, म्हणून उद्वेगाने उद्गार येतात, 'रेड्यामुखी वेदाचे शेण होते'.

काही गोष्टींचे स्पष्टीकरण द्यावे असे वाटले, म्हणून हे देत आहे. तेसुद्धा त्यामागील पार्श्वभूमी कळावी म्हणून दिले आहे.

— **गोविंद अनंत कुळकर्णी**

अनुक्रमणिका

नेत्र हवे मज असले निर्मळ

नेत्र हवे मज असले निर्मळ
की जे असती सदैव विलसत
सौजन्याने ओसंडत ते
जणू भासती लुकलुकणारे तारेच की ते
जे आगमने दुसऱ्यांच्या हसती
जे संकेताने सात्त्विकतेने
दाखविती मार्ग भेद न करुनी
असे हवे मज नेत्र सुंदर
दृष्टी जयांची पवित्र सुंदर
तारांगणीच्या शीतल वत्सल कौमुदीपरी!
दयार्द्र असले नेत्र हवे मज
ज्यांच्यामधुनी उचंबळुनी
दुःखे बघुनी लोकांमधुनी
येई अश्रुपूर अनावर
प्रभावे ज्यांच्या अद्वैते
समृद्ध हो जग हे हसरे
नाही जेथे दुःखे कसली वाण!
नेत्र हवे मज बुद्धापरी ते
विशाल निर्भय दिव्य भयंकर
क्रांतिस्तव जे त्यजुनि गेले सुखां अमूप
ज्यांच्या पुढती दिव्य चमकला दीप

समता ऐक्य बांधव सारे
साजिरे त्रिवेणी संगम अहारे!
नेत्र हवे मज असे भयंकर
शीत असुनी चंद्रापरी जे
जळे अन्याय कटाक्षे ज्यांच्या
प्रभावे ज्यांच्या नष्ट पावती
घाण, असाध्य व्याधी!
विश्व जयांच्या नजरे
दिसे गोजिरे,
राबवुनी जे घेती सुखास्तव अपुल्या,
दिसे जयांना विश्व खुले ते
दाटली आसवे कृतज्ञतेने
यतार्थतेने प्रसन्नतेने;
वदे जयांचे तरल हास्य
कुणी ही केले सारे? कुणी हे पाही सारे?
आम्हीच! आम्हीच!
कृती ही आमुची
नच कोणाची
दृष्टी जयांची
उदात्त प्रेमळ पवित्र सुंदर!

मर्यादा

मर्यादा आहे
वस्तू वस्तूला
प्राणीमात्राला
मर्यादा आहे माणसालाही
अफाट निळ्या आकाशाला,
कणाकणांनी भरलेल्या,
नि भारलेल्या
अवघ्या आहे विश्वाला
वेढून मर्यादा!
मर्यादा आहे.
भूत, भविष्य, वर्तमानाला सोडून
स्थितप्रज्ञालाही!
एका निश्चल, पण अविरत गतीलाही
मर्यादा आहे.
मर्यादिलाही ठाऊक आहे;
तिच्या पकडीतून सुटायला
कुणीतरी धडपडते आहे;
- द्यायला मर्यादिलाही मर्यादा!
म्हणून तर ही मर्यादा!

आकार

मला आपला एक डोळा
आकशाला डोळे अगणित.
माझ्या डोळ्यात एक दिसते;
जे असते समोर जगत
दिसत नाही ते असते, -
कुडकुडत, झुरत, मरत!
मला त्याची क्षिती नाही
मरणार आहे ते!
हात झटकातो...

मी डोळे मिटतो
तरी मला दिसते काही
आकाशाच्या असंख्य डोळ्यांतून
डुबकन वर येतो अन्
बघू लागतो एकसारखा
एकसारखा क्रम चालू
मला उगमतच नाही,
मी कुठून केली सुरुवात
अन् कुठे मला जायचंय?
सारी विचित्रता... आगम्यता...
मला नाहीसाच करते
मघा मिटलेला डोळा... मिटलेलाच

त्याच्या अभावाचाच मला अभाव
अन् म्हणूनच माझा
खेळ चाललाय...
या डोळ्यांतून
त्या डोळ्यांत डुंबण्याचा.
मला कळतच नाही;
एक हसतो अन् दुसरा?
तेवढ्याच जोरानं किंचाळतो.
तेवढ्याच उत्कंठेने एक
लांब लांब धुंडत राहतो
आणखी आणखी
मी माझ्या अखंड गतीतील
पावलं उचलतो
दोन खांद्यांवर दोन हंडे
एकात चांगले खडे, दुसऱ्यात वाईट
गणितच सुटत नाही,
निर्णयच लागत नाही.
मी बघतो,
पण पाझरणारं छिद्र मिळतच नाही
एकातले गळतात,
दुसऱ्यातले जास्त राहतात
पुन्हा उलट!

असे हे गणित गणितच राहते
कुतूहलाला सोबत करत
औदास्याचे भूषण चढवत
मला उगीचच वाटतं,
नाचत सुटावं, गात सुटावं,
'आनंदी आनंद गडे -'
अन् प्रेरक अदृष्टाला आकार येतो,
अव्यक्ताला रूप येतं;
हसरं, गोजरं, प्रसन्न -
मी धुळीत सपशेल झोपतो,
मी धुळीत सपशेल झोपतो!
त्याच्या पायानं पुनीत झालेल्या धुळीत
गडबडा लोळतो,
गडबडा लोळतो...

आता डोके सुन्न होते

आता डोके सुन्न होते
डोळे सुन्न होतात
सांगायलाच काही नाही
याचाच आता खेद होतो
दुःख होते.
थंडीचा कडाका
उन्हाच्या झळा
पावसाच्या झडी
डोळे मिटून निघून जातात
निमूटपणे निघून जातात
ओरडायला लावत नाहीत
रडायला लावत नाहीत
ऊर भरून गाण्याचे सूर निघत नाहीत
आता हेच दुःख आहे
कुणाला काही सांगावं असं
वाटतच नाही.
बालपणचे दिवस
उगवले, मावळले
मनाच्या गिचमटीत
आपलं नाव कोरून गेले.
आता वाटत ;
मनाचा फाळका
टिर्रर्र करून द्यावा भिरकावून हवेवर

तर त्यांचं काय ? त्या दिवसांचं ?-
सांगावं असं जीव तोडून -
'ती संध्याकाळ
- उद्या राक्षस मारायचा
म्हणून ही कारिटं
अश्शी तुडवायची डाव्या आंगठ्यानं
वा रे वा! अश्शी मज्जा -
अशी टरारून उन्हं खेळतात
बागडतात
झाडांवरून जमिनीवर
जमिनीवरून पायरीवर
तेथून आत - आतून बाहेर
नुसती धिंग धिंग धिंग धिंग
या बैलाच्या पाठीवरून जा
पिवळा पिवळा बुरखा घेऊन
तर मधेच एखाद्या
चुकल्या ढगामागे लपून बस!'
आता काही नाही
मी नुसता बघत राहतो
छाती भरून येते
- पण...
'खाणं, पिणं, पडून राहणं
- कधीतरी निघून जाणं
याच्या मागलं रहस्य काय?'
भेडसावणारा प्रश्न
आता कुणाला कळवळून-समरसून
विचारावा असं वाटत नाही

- कां ? - कां ?
हे आता दुःख आहे!
- आता प्रश्न एकच
हेच दुःख का जाचतंय
सांगावं ओरडून कुणाला ?
स्वप्नातून पूर्वायुष्य जागं होतं...
... त्याही पूर्वीचं
कधीचं ? कशा स्वरूपाचं ?
ते नाही उमजत
- वाटतं मनात;
पूर्वी काही बरंच अनुभवलंय
लढाया मारल्यायत
घोडे उडवलेयत
आकाशात भराऱ्या घेतल्यायत
स्वप्नांतच पुढचं आयुष्य उभं राहतं.
एवढंच असतं की, ते सांगत नाही
'मी पुढचं भाकीत आहे!'
याचा संबंध कसा नि काय ?
- मला लावता येत नाही.
लोकांच्या स्वभावाच्या विकृती
बघून वाटायचं,
वाटायचं; - काय करू ?
आता सांगण्याचीही शक्ती नाही.
ते सारखं खिन्न-सैरभैर मन
'परमेश्वरा, यांना क्षमा कर,
यांना आपण काय करतोय
हेच कळत नाही!'

ख्रिस्ताचे शब्द -
ओरड ओरड ओरडावेत असं वाटे -
असं वाटे - 'हे आपल्याच चालण्यानं चालणार का?
धड चालायचेच नाहीत का?'
- पण हे सारं लोपलं आहे!
मन पांढऱ्या कवड्या उघड्या ठेवून बसलं आहे;
नुसतं बघत.
रडावं-हंसावं जीव तोडून
कुणाला सांगावं,
असं काही नाहीच आहे!
असं काही नाहीच आहे!
आहे हे असं आहे...
रिकामं उघडं
नाही झाकण, नाही खोली...
काय?
दिवसावर दिवस लोटतात
काळ धावतो
धावू दे, धावू दे -
बास्स इतकंच.
याचंच आता दुःख आहे
याचंच आता दुःख आहे;
मी सांगतो आहे; याचंसुद्धा
याचंसुद्धा!

संगर

नाही, नाही जेव्हा म्हणतो
तेव्हा असतो दडी मारुनी
अस्तित्वाचा विराटसंगर-
तेव्हा दिसतो,
जेव्हा जाळे पुढ्यात पडले
उलगडताना गुंतत गेले.
जगण्याचे या -
नको नको म्हणताना आले,
हवे हवेही म्हणावया जे
हवेच आहे!
जेथुनी आलो तेथे मजला
हवेच जाया
खरेच अगदी!
हवी मला पण
अशी भावना फुलवायाला
मुखड्यावरती
विराटसंगर आकाशाचे
अवघ्या, अवघ्या विश्वामधले
कल्पनेसही नच दे जागा,
स्वप्नांनीही वितळुनी जावे,
हवे मला परि विराटसंगर
कणाकणाला व्यापुनी राहे,
कलह आपुले जगण्यास्तव जे थिटे पडावे.

थिटे पडावे ? झूठ ठरावे !
इवला इवला विश्वामाजी बुडबुडतो मी
हे न कळावे.
डोळे माझे विराट फुलावे.
विश्वामधला कण कण यावा अंतरी दाटून -
कुठे राहावा, कुठे पडावा,
इथला तिथला
जिणे परि त्या एकच आहे,
प्रचिती मजला येते आहे.
फुटला कंठ कणाकणांना
सुरा सुरांच्या फिसफिसताती
विचित्र लहरी.
विचित्रतेला उलटी आहे;
सुचित्रतेची दुसरी बाजू.
आहे आहे म्हणतो तेव्हा…
तेव्हा नसते नसते काही.
क्षणात फुटुनी खोटे खोटे गळती मनोरे !
हवी मज जाणीव आकाशाची
क्षिती न ज्याला;
गणित घालुनी सोडवत जे बसले आहे
फिक्र न कसली
फिक्र न कसली
विराटसंगर !

तीन तेरा सात

तीन तेरा सात
मारीन लाथ
टाकीन फोडून
निळे आकाश
निळे नाही म्हणून!
तीन तेरा सात
मारीन लाथ
विज्ञानाला! -
विज्ञानाला
कारण?
कल्पनेतही विज्ञान आहे
विज्ञानातही कल्पना आहे
त्रांगडे सुटत नाही
म्हणून दे दणाणा
तीन तेरा सात
भावनेला पटत नाही विज्ञान
विज्ञान धुडकारते भावना
दोन्ही हवी आहेत म्हणून लाथ.
घरकुलाला लाथ
मोकळ्या माळाला लाथ
शेवटी मीच उताणा पडतो
मलाच घेऊन लाथ!
तीन तेरा सात
मारीन लाथ!

सृष्टी

झिळमिळते ऊन क्षितिजावरुनी
पसरे भूवरी साऱ्या
कनकाच्या साडीने
बहरून हसली सृष्टी
हरित तिच्या कांतीवर
शेंदरी जरी किनारी शालू
जणू न्हाउनी लेवुनी
तयार झाली युवती.
हास्य तिचे -

दर्याच्या लहरीपरी
बोल तिचे,
हसऱ्या नाजूक ओठांवरुनी
लाजऱ्या युवतीसम
युवतीसम !
बागडती ती युवती ;
बघुनी गेला मोहुनी
अन् हळूच आला खट्याळापरी
उडवू लागला पदर शालूचा
जणू राधिकेचा कृष्ण
वात्रट वारा
धरुनी ठेवी, शेंदरी जरी किनारी शालू,
- किती होती मऊ मऊ हलकी,
हिरव्या सतेज कांतीवरती,
लहरताना होती मुरकत सृष्टी,
तो पडली कुणाच्या दृष्टी
क्षणात आला खट्याळ वारा
स्पर्शे त्याच्या थरथरा कापे तिची काया
सतेज होऊन आणिक !
बघुनी भास्करास असला अल्लड चाळा
वाटले कसेसे, कसेसेच !
अन् सोनेरी शालूचे
जाहले चंदेरी शालूत रूपांतर

हसरा वायू घालुनिया शीळ
कुकारला भास्करा; उडाणटप्पूसम,
बदला, 'हरकत नाही!'
क्षणात जाउनी दर्गापासुनी
लाखो क्रुद्ध राक्षस घेउनी
गेला चालुनी,
कडाडत - चकाकत,
सोंऽऽ सोंऽऽड गर्जत.
भास्कर दडला काळे करुनी
अन् इवल्या तोंडाने बघे कुठे सृष्टी,-
तोच, अमृत वर्षाव
स्वर्गींच्या असंख्य धारांनी...
हसली, खुलली सृष्टी फिरुनी
पाचूच्या नव सतेज शालूत!

अशी नको राहूस ग !

अशी नको राहूस ग
अशी नको राहूस ग,
पहाटेचा अंधार आहे
मावळतीला दाटी करून
तुझ्या स्वप्नींच्या पऱ्या -
त्या तारकांनी केला आहे ग पोबारा
कधीच-कधीच
उरले आहे दव केवळ
आपले मोत्ये करून घ्यायला;
भास्कराच्या हातांनी
जागा शोधीत पाना पानावर
शांत शांतशा
लाजत मुरकत दिशासुद्धा
झापड उडवू लागल्या गऽऽ,
आता कोशांत -
आता कोशांत -
किती पडून राहशील ग?
हिरवी सृष्टी पांघरुणातच हसली अशी,
हसली अशी नाजुकशी.
कानात वारा बोलून गेला
कावरी बावरी थरथरली
थरथरली.
उरात धडधड
गालात हसू गुलाबाचे
ओठांत अमृत शराबीचे

झडू लागल्या मैफली
रथ आला धडाडत
थरथरत नवरी सजली ग,
सजली सृष्टीदेवी गऽऽ
- अशी नको राहूस ग,
- आता अशी नको राहूस गऽऽ
आता कोशांत -
कोशांत किती पडून राहशील ग?

हुंकार

धरती आसुसलेली
व्याकुळलेला
पिसाटलेला
वारा लहरी
ग्रासलेला, भागलेला सूर्य
कोंदाटलेले आभाळ...
अशा वेळी;
माझा अरुण का उजळतो आहे?
माझ्या दिशा का थरथरताहेत?
माझ्या डोळ्यांत का उषेची प्रभा उमलते आहे?
प्रतिभेच्या यानावरून
आज कवितेची अशी धाव
कशी काय सुरू झाली आहे?
आज हिरव्या लुसलुसत्या पालवीत
कसले गूढ उलते आहे?
हृदय हेलावते आहे!
कोणत्या गीताचे सूर
तरंगत येत आहेत?
आज अशा उनमनस्कतेत
कोण दिव्यात्मा साद घालतो आहे?
बसल्या बसल्या
कोणत्या ओंकारांतून
असा हुंकार निघतो आहे?
त्या हुंकारांतून काय साकार होते आहे?
मला विरघळवत?

आज सगळ्या सीमारेषा
एकात एक गुंतत जाऊन
नाहीशा कशा होत आहेत?
कुठेच काही दिसत नसताना
काहीच काही नसतानाही
ऊर असा भरून तुडुंब होऊन वाहतो आहे!
आज हे असे कोडे
का पडले आहे?

प्रतीक्षा

आज असं काय होतंय ?
एक सारखं हातांतून भांडं सुटतं
काहीतरी सांडतं
काम चाललं आहे,
पण माझा हात मधेच थांबतो
मधेच मी बघता बघता
वाचता वाचता
लिहिता लिहिता
स्तब्ध होतो.
मागचे पुढचे कसलेच भान राहात नाही.
- नाइलाजास्तव
सनसनाटी कादंबरी वाचत पडतो,
पण…
कादंबरीच पडते बाजूला आपोआप
मित्र येतात…
बोलता बोलता माझं बोलणं
एकदम थांबतं…
मग मी जोरात गाणी म्हणू लागतो.
सिनेमातली, नाचातली, कुठली कुठली
तोंडावर येतील ती
- आणि गाणं म्हणायचंच बंद होतो
केव्हा ; कोण जाणे ?!
असे आज काही विचित्र घडते.
एकसारखा दाराकडे पाहत बसतो,
चुकल्या चुकल्यासारखा.
कोणी येणार नसते
कोणी येणार नसते!

मेवा

हुके क्षण बोलण्याचा
क्रम असा जीवनाचा -
विरहात आता चिंती,
असे यावयाचे नाही
वैऱ्याच्याही मनी पिसे.
माझ्या मनीचा हा मेवा
डोळा उसळतो
नाही भरवसा
मजवरी माझा मुळी,
सांगू काय?
आलीस ना,
माझी होऊन होऊन!

अजून खाते मन मनाला

अजून खाते मन मनाला
कसा गेलो त्या वळणावर
समजेना
कसे टाळले हे घटित ?
कळेना -
'आपुलिया बळे नाही बोलवत
सखा भगवंत वाचा त्याची'
संत तुकाराम बोलून गेले
वळणावर वळलो मीच दुसऱ्या
कोठल्या अंत:प्रेरणेने ?...
उमजेना !
अजून समोर येते ती
भावमुद्रा शब्दातीत -
'रे तुझीच मी...'
आज आठवताना रस्त्यावर अखेरच्या
या कालौघात -
अजून खाते मन मनाला
कसे सांगू?

कळेचिना

कोटी कोटी मोहरे
पाहाता पाहाता
डोळा येते पाणी
कळेचिना.
मोहरते लाट लाट
शहारते अंग अंग
मिटताती नेत्र
कळेचिना.
फुले फूल फूल
हुंगता हुंगता
थांबे अविकार
कळेचिना.
ऐसा कण कण
आणि क्षण क्षण
रुते काळजात
चोरून काळीज.
माझा माझा शब्द
अंतरी बाहेरी
घुमतो घुमतो.
एकाकार डोळे
येती ओथंबुनी
क्षण, जागे होता
चालावया लागे
एकटाच एकटाच
कळेचिना.

धुक्याचे वस्त्र

वाऱ्याची उडाली नव्हती झोप
नव्हती हालत झाडेझुडे
सुस्त गुडूप -
मावळतीच्या वाटेवर
तारकांची गर्दी,
आणि लोपलेला चंदामामा.
तरी नव्हती बुद्धी होत
उडवायला झांपड पंखांची पक्ष्यांना -

सवय म्हणून वाटत होते,
भास भास
कुठूनतरी येत आहेत सूर
नकळत गोड गोड
कसले, गोड गोड ?
- मनात हूरहूर
कसला तरी वास…
कसला येत होता ?
मात्र होता ताणीत हुरहुरीला, हुरहुरीला -
नजर भिरभिर
बेचैन एकांत
दवाची थिपथिप्…
काय म्हणावे त्यांना कळत नाही
मूक पाने मूक अश्रू -
एकटा मी झुरे झुरे
कधीकधी काळसुद्धा लावतो आशा ;
क्षणाक्षणाला धीर देत…
बडबडतो काही…
केवढ्या आशेने, ईर्षेने
बघू लागतो,
कुतूहलाला पोटात दडवीत
- पण ?
तू आलीस…
आलीस पण धुक्याचे वस्त्र लेवून!

आज अचानक

आज अचानक
बहर सुगंधित
उधळीत हसला कवठी चाफा
अन् गमले मज
कुणी गोंजारीत
आहे मजला चोरीत चोरीत -
एक शहारा
तरळे अंतर
आज अचानक फुलते काही
बहरा येते आज पालवी,
आणि फुलोरा वसंतातला
हसरा हसवणारा -
नसलेल्या मार्गावरुनी
आज अचानक नाव होउनी
आकाशाच्या दर्यावरुनी
संथ वाहते,
मनिषा माझी
समोरच्या अन् बंगल्यामध्ये
शुभ्र पांढऱ्या.
आज अचानक कळले मजला
गजबज आहे.
लचकत, मुरकत, फिरकत इकडेतिकडे
दिसती सारे सारे.

लाजे गाजे विवाह कौतुक
मंगल मंगल
चैत्र मानसी फुटते फुलते
- आणि पालवी आज अचानक
दिवस उगवला
आज अचानक नवे न काही
घडायचे ते घडायचे ते -
आठव येतो परि तुझा अन्
वादळ घुमते मनात माझ्या
मनात माझ्या!

शब्द मुके

आता शब्द मुके झाले
वेडे मात्र मुक्यानीच
गिरकत भिरकत
एकमेका फसवती
फसुनिया अंतरीचे
सारे उघडती.
लपवण्या झटणाऱ्या
आम्हालाच फसवती!
शब्द होती मुके पिसे
बोलायाचे खूप काही
आवरता आवरेना
ओठांवर थरथर
हसू मावेचना
असे काही होते आणि
दडी मारूनिया देती
लाजलाजुनी की असे -
येता जवळजवळी!
तुझे माझे आता गोत
नुरे, आता काय उरे?
काय उरे सांगायाला?
आकाशच संपलेले!

एवढेच माझ्यापाशी

भूत गेला आला तसा
नंगा पिसा वर्तमान
भविष्याला नुरे स्थान
फक्त आता माझ्यापाशी
डोळा तुझा जडलेला
एकेकाळी माझ्यावर
एवढेच माझ्यापाशी!

विरह

स्वप्नपऱ्या नाचवते
श्रावणाचे ऊन पिसे
ढग होऊन आभाळ
टपटपे आनंदात
फुटलेल्या कोंभांनाही
रोमांचाचा फुटे कोंभ
थेंब अश्रूंचे वरचे
गाळी दुःखात्माच कोणी
विरहात आठवता
कुजबूज अशा वेळी

पिसा

उन्हात तापलेला माळ
होऊन पिसा
पितो रेशीम सांजवेळी
आणि हिरवळ होऊन किनार
उसळत जाते क्षितिजावर
आणि ओहोळ -
वळतानाच मिस्कील हसतो
कोपऱ्यावर -
एक फूल,
आकाशात... काही न पिताच
तरंगणाऱ्या पक्ष्यांकडे पाहात
स्वतःच तरंगते पंखहीन
आणि माळावर... एका टोकावर
झाडेमाडेच होतात गुरे ढोरे
काही न खाताच न पिताच
बागडतात - एकमेकाला ढुशा देतात
उन्हेच विचकतात दात ;
होऊन माकडे डुबकताना
पाहून ढगांना विहरताना -
विरताना, लांब लांब -
जे क्षितिजाच्या उंबरठ्यावर
अजून रेंगाळतात अर्धवट हसत
लपवत पोटातले गूढ पिसे अजून रेंगाळतात

- आणि अंधाराच्या आवरणात
दडलेले डोंगर, पर्वत
तार छेडतात विजेची
जिथून हसरा सूर
निघतो आवाजहीन !
पाण्यावरल्या
रेघेसारखा क्षणवेडा !
उन्हात तापलेला माळ
होऊन पिसा
पितो रेशीम सांजवेळी

डोळा भेट

दवाचे थेंब
पानापानांवर सकाळच्या
गहिरे हसू,
क्षण विजेचे होऊन
ओघळती, ओथंबती
छेडले पवनाने
दुखऱ्या बुजऱ्या कळा घेऊन
स्वप्न डोळ्यांची भाषा
कळत होती...
कळत नव्हती...
विजेचे क्षण संपत होते...
संपत नव्हते...
संपले नाहीत...
डोळा भेट
सांकळे जल
गळलेले शब्द वेडे पिसे
नाचले...
नाचले नाहीत...
जिव्हेवरती
हरवले मला...
हरवले नाही...
न राहवून वेडी कातरता घेऊन
कुतूहलाने कधी शंकित होऊन,
कधी उसळत्या पुरामध्ये

मुके होऊन बोलले काही...
ऐकली नाही पण कळली भाषा; जीवघेणी.
- असे वेड - असे पिसे,
जाणवते - उमजते
काळाचे टोक धरून
अजून आहे ओढाळ होऊन
प्रश्न घेऊन;
साद कुणाला घालायची ?
- जी मुळांत आहे!

पक्षी

सृजनाच्या अंकावर
उमटतो पदन्यास
हसू वाहे वाऱ्यावर
जादू उले लाटांवर
अनंताला भिडे तान...
स्वप्नपऱ्या उसळून
लाट फुटे अंतरात
आकाशीचा पक्षी एक
काठावर कोरडाच!

यावेस तू थरारत

ते मुलायम
थंडाईचे दिन
सोनेरी पाखरे...
तरंगत्या हवेवर
आणि -
आता भासच केवळ
ताप तापलेला आता
दिवस दिवस
शोष शोष कंठामध्ये
दाटलेला हुंदका अन्
फाटलेल्या तडा तडा
माझ्या धरतीची अशी
आग आग लाही लाही
मागायाचे काय अग ?
वर्षेतील वाऱ्यासवे
यावेस तू थरारत
ओल्या गार झुळुकेचा
धुतलेला श्वास आणि
सवे घेऊन तू
...यावेस तू थरारत

लळा

शब्दरूपी मुके भाव
आणायाची तुझी कळा
माझ्या मला अज्ञात मी
तदां जडो तुझा लळा!

आकाश

मला विजेचा ध्यास असत नाही
येते क्षणांत
न कल्पिले असे काही घेऊन
अवघे अवघे
येते क्षणांत घेऊन सगळे
आकाश फाडून ?
पण मग ?
उरतच नाही काही...
धरतीला तडे जातात खरे
घायाळ घायाळ होत
पण मग उरतच नाही काही...
तिचे असे...
फरक इतकाच,
पाण्यावरल्या रेघेमध्ये चमक नसते !
- आणि आकाश
धूसर निळी काया घेऊन
उभे आहे साक्ष होऊन
अकल्पित, अघटित, घटनांचेही
शून्य रिकाम्या पोकळीचेही ;
भासांचे साम्राज्य घेऊन,
उभे आहे साक्ष होऊन
देत असते
घेत असते
ज्याचे देणे अजून संपले नाही,
- आणि घेणेही !

सूर्य

भिर भिर भिंगोऱ्या भिंगोऱ्या !
उन्हाने धरला काळोखाचा हात
भिर भिर भिंगोऱ्या भिंगोऱ्या !
आकाश फेसाळते लाट लाट
लाटे लाटेवर चंद्र खुळा
चांदणे पडले असूनसुद्धा
तुटलेले तुकडे सांधीत असतो
वेडातूनच शहाणपण
कपच्या कपच्यावर नाचत असते
भिर भिर भिंगोऱ्या भिंगोऱ्या !
आग आग पिता पिता
आपलेपण संपलेलाच सूर्य
बघतो अपुले रूप
सृष्टी सृष्टीच्या फेरामध्ये
खुळा स्वतःलाच हरवून बसतो
दवाच्या थेंबांत जादू होऊन बसतो
हसतो, नाचतो
क्षणी क्षणी गळतो
आपल्याच प्रकाशात बघत सगळे
गात आहे नाचत आहे -
भिर भिर भिंगोऱ्या भिंगोऱ्या !

हाक

काळोखले आभाळ
वाकले फणसाच्या शेंड्यावर
रक्ताळल्या जखमेत
फुटे पालवीला कोंभ
ओलाशार...
लाथ गोड वासराला
चोरलेला पान्हा तरी
खोल खोल आत आत
हंबरडा-हिसाडतो-
पालवीचा त्याच त्याच...
नग्न भूते
चांदण्यात बुझलेली.
ओलावला झाप झाप.
फिस्कारले,
नारळीच्या आत आत
एक पोर सन्याशाचे
वेडे मागे एक टाळी...
घरा घरांच्या दारांत
डोकावते हाक हाक
सांजवातीतून!
एक एकवटे
देई खोल खोल साद साद
सारे भरूनिया
काळोख काळोख

क्षण तो एकच
लांब लांबणीचा काळ -
काळोखाचे डोळे बाकी
जोखताती क्षण 'क्षण'
- काळाचीच खुळी पोरे! -
प्रेम एकच सगळे
आंधळे आंधळे
- रसांची अवघ्या आंबलेली शराब
बेफाट बेताल -
जिवावर उठे खुळे
रिकाम्याच डोहावर
डुबडुबे डुबडुबे
प्रेयसाहूनही प्रेम
प्रेमावर बरसते!
लाटे लाटेवर
पिंजलेल्या खुळ्या हाका
झिंजाटत धजतात
एक व्हावयाला
दूर दूर एक पक्षी
आर्त हुंकारतो
एकटाच!
आत बाकी आत आत
खोल खोल - काय? काय? -
हिमशिखरावरून
घडघडे नंगानाच
(आदर्श) मात्र एक
शिव-पार्वतीचे प्रेम!

क्षितिजाचे प्रश्नचिन्ह
कोसळले केकाटत,
'वांझोटा वांझोटा
धिंगानाच धिंगाना'
तुटलेल्या सीमेपाशी
पोकळीचे झूट हासू
उगवता नष्ट कोंभ
खुळा म्हणे 'आशीर्वच!'
हाक खोल खोल...
आत आत...

वनराणी

सीतेची आसवे, सतावरी, सार्वडे, हिरवी पत्री
थाटून बसली मंगळागौर, वनराणी.
सड्यावरती.
आकाश कलंडले
लाख डोळे फुलवत बसले
आपल्याकडेच पाहात -
रिमझिम रिमझिम
ऊन्हच झिरपे दुधाळ होऊन
- आताही येते ऊन थरारत
अस्वस्थ वेध घेऊन...
हिरवे हिरवे आताही
डोंगरांना रोमांच फुटतात
क्षितिज लपते काळ्या किनारीत
आताही ऊन उतरते
पिवळ्या नॉयलॉनचे वस्त्र होऊन
थरारते मन
ओढत असते
न पाहिलेला...
पण पाहिलेला लाख वेळ
संवेदनांचे डोळे होऊन;
सृष्टीचा साज!
सीतेची आसवे,
सतावरी, सार्वडे, हिरवी पत्री
थाटून बसली मंगळागौर,
वनराणी सड्यावरती!

डोळे

डोळे,
अरुणाचे
नखखे दवभिजले
क्षितिजाच्या कडेवर
सोनेरी स्वप्न घेऊन.
डोळे,
थरथरत्या लाटांचे
प्रकाश हसू घेऊन
देव्हाऱ्यातल्या समयीचे स्नेहमयी!

डोळे,
बावरते
डबडबते
डहुळणारे भिरभिरते
तरंगते शहारे होऊन -
सरसरते
हिरव्या गवतावरचे
झोंबणाऱ्या वाऱ्याचे
सर्पदंशी वेदना घेऊन
हव्या हव्याशा
न संपते मरण घेऊन!
डोळे,
नुसते डोळे
देखणे, हसणे, बोलणे नाही
पितात अवघे हालाहल
पण
आसू नाही
माया नाही
लाल राक्षसी दाह नाही
उगाच आपले सगळे बघतात;
- डोळे होऊन!
डोळे,
क्षणवेडे
येतात
कुंद धुंद गाभुळलेल्या
आभाळातून वीज होऊन
शब्दांविणे

अवघी विश्वाची बोली घेऊन
हिऱ्याचे तेजपण
दवांचे अमृत होऊन
वेडावत पानापानाला
लवलवते क्षण घेऊन!
क्षणवेडे
भिडतात
मिसळतात
खोल गहिरा क्षण होऊन
- आणि जवळ नसतानाच
क्षणाक्षणाला डंख करत
ताण ताणीत विरहाचा
मरणाच्या टोकावर नेणारे
पण -
आडवे तेथेही
न संपते मरण घेऊन!

आभाळ

विजेचा कल्लोळ
विजेचे नर्तन
कटाक्षांची फेक
विजेच्या गतीत
करत घायाळ
होऊन वादळ
ढगांचा गजर
धावाधाव आणि
सळसळ पानांची
मातीचा सुवास
यातून दीपवी
विजेची नजर
घायाळ करत
तान्हेल्या जिवाला -
आशा निराशेचा
हिंदोळा हालवी
मुग्ध मऊ वारा
मनाला झुलवी
स्तब्ध उभे मन
पाहात नर्तन
विजेच्या गतीचे

साठवत काही -
शब्द ओस जेथे...
अगतिक उभे -
- आणि एक क्षण
ओसाडांत उभा...
खुले ओसाड आभाळ,
खुले होऊन आणखी -
देई दिलासा मनाला,
क्षणासाठी वीज आणि -
उभे शाश्वत अनंत
आभाळ मी, आभाळ मी!

बरे झाले, ओळखलेस

बरे झाले,
तू लवकर ओळखलेस
आणि माझा नाद सोडलास.
एकांड्या मी.
रस्त्याविना भटकणे,
हे माझ्या प्राक्तनात आहे
माझे घर उघडे आहे
बरे झाले
तुला राहता तरी कसे आले असते ?
ठीक आहे.
तुझ्या तूच लवकर ओळखलेस; -
ही संगत महाग आहे,
काट्याकुट्यांच्या
दगडा धोंड्यांच्या
वाटेखेरीज
अन्य वाट या संगतीला माहीत नाही
पाण्याच्या निळ्या पाठीवरून
आकाशाच्या निळ्या गतीने
याची चाल
अदृष्टांच्या स्वप्नांत गुंगत असते.
या चालीत
बरे झाले -
तुझी धडगत लागली नसती
हे तुला कळले;
हा नुसता नसत्या गोष्टींवरच जगत असतो

असत्या गोष्टींचा
याला सदाचा भ्रमच वाटतो
असत्या गोष्टीत पोकळी दिसणे
हेच याचे विधिलिखित
मुक्ताच्या - परमानंदाच्या-
काव्याच्या -
मंदिरात जाण्याआधी
याच्यासाठी वेदनेचा पूल आहे -
या पुलावर
तुझे पाय कोळपले असते
हे तू ओळखलेस
आणि माझा हात सोडलास
हे फार फार बरे केलेस
असत्यासाठी
नसत्यासाठी
कशासाठी तरी जगण्यातच
माझे जगणे आहे
शाश्वत अशाश्वताचे
माझ्या हातावरील
माजलेले रण-
तू पाहिलेस,
आणि बाजूला सरकलीस -
हे चांगलेच झाले!

जाणीव

पुरे झाले, नको आता भेटायाला येऊ
काही कारण घेऊन!
थरथरे अंग अंग
ओठ हलताती
शब्द होती मुके मुके!
भवतीच्या जगताला
येई संशय असा गे
काही येथ काळे बेरे!
होऊ नये होते आणि
डोळे बोल बोलताती
घाली थैमान वादळ
दडलेले अंतरात
असे नको व्हाया काही -
दुःखातही दुःख नको
विरहात सुख माझे
असताना!
आलीस की मात्र होते
फुटलेल्या काळजाची
जाणीव मनाला
चिरचिरीत आणखी!

पाहिले

एकदा तिने माझ्याकडे पाहिले
एकदा मीही तिच्याकडे पाहिले
एकदा पाहिले ते खोल डोळ्यांनी
दोघांनीही ओढाळ होऊन -
एकमेकांना आलटून पालटून
आडून आडून -
खोल डोळ्यांनी पाहिले
असे 'एकदा' पुष्कळ झाले
एकदा तिने निर्णायकपणे पाहिले
मी स्थिरपणे पाहिले
एकदा तिने मला पाहिले
फक्त पाहिले! -
मी तिने 'असे' पाहिले, हे पाहिले
एकदा भर रस्त्यात
तिने मला पाहिले,
मी तिला पाहिले...
आणि हसलो -
तिच्याबरोबरचा 'तो'
माझ्या ओळखीचा
त्याने मला पाहिले
आणि आम्ही हसलो
...असे एकदा
आम्ही परस्परांना पाहिले!

डोळा

डोळा
होऊन निरांजन
तेवत आहे,
निळ्या स्वप्नपटलावर
कोरीत आहे,
चिरशांतीचे गीत वाहते
प्रकाशाच्या सीमा फोडून
पहाट न्हाला
थेंब दवाचा
अज्ञाताच्या पानावरुनी
ओघळताना हास्य कोवळे
तोच गळाला...
हाय परि अन्
डोळा झाला तेव्हापासुनी
खुळाबापुडा.
वांझ पोकळी पुरण्यासाठी
अजून आहे -
खोदीत खड्डा
घोर तमाचा!

नियती

पानापानात
थेंबाथेंबांत
उमलतात, फुलतात
लाख लाख सूर्य आणि -
पाऊसवेडे चावरे वादळ
पिऊ बघते थेंब थेंब
- जे पितात
श्रावणातली ऊन्हं
थरारते
लवलवते
धुसरते दूर दूर...
हिरव्या दाटीत!
- हिरव्या दाटीत
ज्याचा हात धरून
बागडतात
क्षण क्षण
पाणी सांखळते
पाणी निसटते
सारे कसे पिऊनसुद्धा
टपकन् टपकते!

कथा

पावसाची संतत धार
ओला काळोख प्रकाश
कोंभा कोंभात रूते स्वप्न
उद्याची पाखरे
भिरभिरणारी
प्रकाश वेडी,
स्वप्नांच्या बीजांत साठवलेली
ओल्या मातीच्या कोषात

मिटल्या पापण्यांची
थबथबलेले वर्षेचे दिवस
येतात येतात
तेच तेच
- पण...
उलगडतात
माझ्याच कथेचे धागे
आणि -
अर्धवेड्या हिरवाळीचेच
डोळे भरले मिटले हसू...
मांडते जीवनाचा उभा पट
लवथवलेला
मिटल्या ओठीं!

कोंभ

मातीचाच वास
मातीचींच घाण
उगवतो कोंभ
प्रकाशाचा !
धुराच्या लोटांत
माझ्या घरी होम
वेदनेची पूजा
प्रकाशाला शाप !
वेडे वेडेपण
निसर्गाशी वैर
उजवती कूस
खुनाचे की बीज.
डोळ्यांचे पाहाणे
वस्तूत दिसते
वस्तूची भलाई
डोळे फोडण्याची !
जगाच्या शाळेत
घातले मी नाव
क्षणाची उसंत
नाही मुळी मज -
असा भिकारी मी
मागतो आराम
माझ्याच गजांत

तडफड माझी!
जन्माला लाभले
भाग्य विटेवरी
युगे अठ्ठावीस भोगताहे!
चंद्रभागे तीरी
विव्हळे वेदना
ना तरी सुटले मरण हे!
पूजा माझी जावो
निर्माल्यी कुजून
माझे मजपण
मरून उरेल.
शाप भलाईला
वसनी वसणे
नागडा हिंडतो
हसोत ते भले
मरे अंतर्यामी
विषाचीही कीव
फुलणाऱ्या फूल
भले हालाहला!
अशा काळोखाची
चाखतो मी गोळी
देखताहे होळी
स्पर्धेचीही!

ओळख

कोसळत्या धारा
दारात माझ्या
सडा रांगोळी एकाच वेळी
एकाच वेळी मोडते सारे
एकाच सुरांत गाते पण
रांगोळीचीच गती
- केव्हा मधे
असाच कोठे
अनोख्या ठायी
धारांनी चिंबलेल्या वाडीत
दबलेला सांजधूर ओलसर...
तिसऱ्या माडीतून
एक झरोका
नागवे करत खाली उतरतो
हेच गायन ओले भिजले
- धुराचा व्यभिचार!
खिडकी - घर-
घर माझ्या खोल मनात बसलेले
वसवते; -
वसवते काही न उमगते
पायामध्ये नुपूर बांधत
काहीतरी लय घेत;
गोल गोल पिंगा

गोल गोल पिंगा
पिंगा झाडांचा
पिंगा विजांचा
काही नसल्याचासुद्धा पिंगा…
पागोळ्यांचा पिंगा
गोल गोल पिंगा
माझ्याच मनाचा पिंगा
गोल गोल पिंगा…
माझ्याच मला
ओळखायला कुणी शिकवले?
माझ्याच पुढचे ताट कसे
हरवून बसले?

अटळ नियती ?

सगळेच उलटे
उलट्या नजरेनं पाहतात म्हणून
माणूस पायांं चालतो
'एरव्ही डोकंच चालतं जिथं तिथं -'
मूर्ख सत्तेच्या पायावर
उलटं भांडं विद्वत्तेचं -
उलट्या डोळ्यांना
तिथेच दिसते
उगवते रोप
अटळ नियतीचे -

मृत्यूपत्रे

जन्मास आलो
तो मरणाचा वसा घेऊन
सापडलेल्या क्षणांना,
सुटलेल्यापण ;
हुरहुर लावणाऱ्या क्षणांना
बुडवले, पण झुलवले
स्वप्नांच्या पाखरांचे पराग
चिकटलेले -
पल्याडचे, अल्याडचे,
चाल बदलणारे
माझी स्वतःची
- मरणाच्या पूर्वी
जन्मास आलो हे -
मरण सांगायला
ठेवतो पकडून
या क्षणांना
शब्दांच्या पकडीत
- मृत्यूपत्रे माझी
शब्दांच्या पकडीत !

ज्ञान दिवा

सावळ्या सांजेला
झावळं फुटली
झुळझुळ हवा
कापरी प्रभा!
कापवीत वारे
चंद्र हसे
जळांत बघे रूप कसे?
भीती जाऊन बेटांत दडली
वाऱ्याला नेमकी शीळ सुचली
एखादे पाखरू
चुकले गाणे
थांबत थांबत गात राही
मधे... किचाटत
जागा बदलीत
निघून जाई इथे तिथे!
रात्र रात्र
आळवण अशी
कुणासाठी दूरदुरांत?
अडले शब्द
काळाचे पण
ऊरच बुडले ध्यासासकट.
डोळे दिले
मृगजळास्तव
स्वस्थतेची काय तमा?
ओवाळाया भाग्यवंता
माझे हाती ज्ञान दिवा!

नाते

नव्हे हा अंधार
दिवा परि नाही
नाचे नाचे पाही
डोळियांचे सुख
पुढे पुढे असा
का रे अडवशी
डोळियांचे देणे
का रे नाकारीशी?
माझ्यापाशी उभा
तरी दूरदूर
माझे माझे सारे...
एकलारे खंती -
ओझ्याविणे ऐसा
करतो हमाली
साहवे तो भला
याहून तुरुंग.
समांतर ऐशी
प्रकाशाची चूड
माझ्यापाशी आहे
माझ्यापाशी नाही.
अशा मजुरीचे
नाते तुझे माझे
तुला मला ठावे
मोल त्याचे!

खाडीकिनार

डोळ्यांची फुले खुडून
हुंगत वाहणारी
सर्द सांध्य छायेत
लव्हाळीच्या शीतल विभ्रमात
मातट गारवा झेलत
थोडी थोडी हसते आहे,
तुषारांत फुटणाऱ्या
वाढत्या लाटांच्या
भिंगा भिंगांत -
भेगाळलेला स्वस्थ डोंगर
हिरवे स्वप्न पाहात

मावळत्या उन्हाचे अंगवस्त्र
निश्चित पण सावकाश काढतो आहे!
त्याच्याकडे थंडपणे हसते आहे
अंगावर खळाळते पाणी झेलत
थंडपणे हसते आहे, खाडीकिनार
लाटा लाटांवर घसरगुंडीतही
हसते आहे हिंदोळत.
सुस्त वैशाखी डोंगरांना
डोळे मिचकावत
चांदोबा येणार आहे.
सांध्य छायेच्या पदराआड
तोंडात पदर कोंबत
ती खिदळते आहे
अशीच खिदळते आहे
खाडीकिनार!
आमचे डोळे खुडत
ती पुढे येत आहे
मागे पडत आहे
आतासुद्धा मिटल्या डोळ्यांत
तिच्या हाती
आमच्या डोळ्यांची फुले
ताजी आहेत -
तोच गारवा, तोच खारा वास
हुंगत हुंगत
मी माझ्या होडीला
वल्हे मारतो आहे!

पिसे

असे कसे, तसे कसे?
मी कसा?
तू कसा?
कशाला हे?
कशाला ते?
तुला मला काय असे?
वेड झाले कुणा कळे?
उत्तर उत्तर
सरे सरे
पुन्हा तसाच प्रश्न उरे!
उरे उरे सगळेच असे
नसे तसे उरे काही,
- असे तसे इथे तिथे,
सगळेच पिसे
इथेच इथे!

शब्दांचे बुडबुडे!

माझे माझे मीच म्हणावे
तुला कधी ना कळे
हिरव्या पिवळ्या उन्हात न्हाती
सौंदर्याचे कळे
ढगांत भरला जोष विजांनी
घुमवती अवघे मळे
भरला अवघा गंध सुधेचा
हिरवी जादू उले
यातून बघणे तुलाच इतुके
इतुके भाळी उरे!
उधळत बसलो फुले हातची
शब्दांचे बुडबुडे!

आसवे

किती उडशील
आकाशाच्या वेरी
जोखते हे पाणी
काठांशीच !
थेंब पाण्यातही
बुडते अंबर
तेथे डोकावणे
काय तुझे ?
डोळ्यांत शेवाळ
रुजू नच द्यावे
आसवांना द्यावे
सांडोनिया -
रस्तो रस्ती आता
सीतेची आंसवे
भले मनी राम
- प्यालेली आकाश !

भूल

दिन मावळता
रात्रीने झुरावे
असताना कोठे
होती ती गा ?
गुणवंत आम्ही
सोयरे जगाचे
कोणी गा जाणावे
संचित हे!
जाऊ द्या स्वप्नांचे
जीविताचा होम
त्याच्याच राखेत
पावन हे -
मळ्याला लाभले
अनंत आयुष्य
जित्या खांद्यावर
हासे मुक्त!
काय गा अव्यक्ता
भूल तुझी ऐशी
मिरवशी कैसा
मेल्यावर ?

जीवन गीत

ऊरी पोटी पोसलेले कोंभ
भुईसपाट काळनदीत.
फुकटच्या कबरी, समाध्या -
बळजोरी त्यांच्या उमरची
फुले घालत पुजायची!
वाऱ्यावर तरंगते मनोरे
कलाबुती ताबूत
यात्रा घडवत
बुडायचे तरी बेकदर
काळ नदीत!
नाचायचे नाचा
हसायचे हसा
मृतावरतीच अमरत्वाचे पोवाडे गात गात
नाचा रे नाचा
त्या बुडत्या, तरत्या नाचातसुद्धा
फुले उधळाल
त्यालासुद्धा एक क्षण लय येऊ द्या!
नाहीतर मरणाला हसवणारी
फुलेच मरतील.
बुडत्या क्षणांना लयीत बुडू दे
काळाला सूर लागू दे
क्षणाचे क्षणजीवी हे जीवनगीत
गाऊदे! -

भूत

निर्वात पोकळी
स्थिरावलेले अवशेष आभाळ
अगतिक सीमांवर
रक्ताळलेले
कधी बोडक्या डोंगरांचे खांद्यांवर
कधी लोंबकळत
- खाल्ल्या कुरतडल्या फळासारखे -
बास्स, हीच झूल
घुसमटवत, वागवत
काढावा रस्ता
न पुसता, न सवरता!
चुकल्या गावाला
ओशाळळ्या हवेला
विचारणारे शेवटी
आपलेच आपण मुखत्यार असतो
चाळांची याच लोढणी पायी वागवत
ननाच नाचत नाचायचे
पोटात स्वप्नांच्या राखेत
पुन्हा भूताचे रूप जागवत
आळवावे देवव्रत आचार सोडून
कारण भूतच सत्य
बाकी -

निर्वात पोकळी
स्थिरावलेले अवशेष आभाळ
अगतिक सीमांवर
रक्ताळलेले -
कधी बोडक्या डोंगरांचे खांद्यावर
कधी लोंबकळत,
खाल्ल्या, कुरतडल्या फळासारखे !

प्रकाशाच्या वाटेवर

पडद्याआड मागे
वादळ चमचमाट
घोंघावत ओढा वेटोळे घेत
जीवघेणा -
झपाटणारा उतार कडा
धुमसणारा श्वास;
धपापत धारेवर उभा

धरून मुठीत जीव
मातीतलाच कोंभ
माती होणार.
उजेडात उभा चकचकीत
साक्षात्काराची काठी टेकत
उंच - खोल - लांब - जवळ
भेडसावत भय मन;
'असे काही नसते' म्हणत
माणसांतल्या आसुरी काळोखाला
ज्योतीने फाडत जाण्याची
इच्छा धरत;
काठावर उभा;
अमर साक्षात्काराची काठी टेकत.
काव्याशार खोल घुसमटीत
वेटोळणाऱ्या पाण्यात बुडावे
पाणीच होऊन...
जिवाची पर्वा करताना
हिंसाचारी पुरात उडी टाकून
बुडणार पाण्यात काळ होऊन.
मग्रूर खादाड भूक
गाढायची तर
प्रकाशाच्या वाटेवर उभे राहून
दाखवायला हवे
एक रूप अनेकांतले;
या वाटेवर असेतोंवर!

भारताचा लाल – लालबहादूर शास्त्री

थांबले वारे आझाद मैदानचे
वाळली हिरवळ गोदातटाकी
हाक हवेतच विरली क्षणभर
सीमेसीमेवर गडप आकाश
आतलाच थांबला, संपला आवाज?
पूर्व-पश्चिम घाट, विंध्य, सातपुडा आणि
गंगा-सिंधुचा पहाट प्रकाश
एकाएकी बुडाला पहाटेसकट
- भारताची कळी त्याने फुंकरलेली.
'कभी कभी छोटी चीजेंभी बड़ा काम देती है!'चे पडसाद
आझाद मैदान गदगद हालवतात.
अकरा जानेवारीला आज
हिन्दुस्तानीच्या हातांत
नुसतेच शब्दांचे बुडबुडे
'जय जवान जय किसान'
निसटते- चुटपुटते - हळहळते.
त्यांच्या आत्मतेजाचा जप करत
शांततेचा मागोवा घेत
सहजीवनाची खात्री जपत
फुलवून गंधभरी
सुफळ संपूर्ण.
तीच अर्पिण्या
अंजली श्रद्धांची -
एवढेच हातांत
मुक्ती त्याला,
- तोच प्रकाश!

भक्ती

'थोर मनाचा अनंत गुणाचा
शिरडीचा राजा साईनाथ माझा...'
म्हणजे काय?
भक्ती यंत्रांतून भोकांडत बाहेर पडते
- बाहेरच पडलेली!
'ह्योगोऽऽ ह्योगो पाव्हना
सखूचा मेव्हणा...'
रेकॉर्ड लागलेली
रोज रोज लग्नं -
वैताग, -
रोज भोंगाणे, -
'प्यार किया तो डरना क्या...'
मधुबाला वरती निघून गेली
रंजन रजत पटावर
थांबवा एक तरी रेकॉर्ड - भोंगाणाऽऽऽ...
सौंदर्यशालिनी चित्रतारका
छयाचित्र तिचे - मुखपृष्ठावर,
- आणि शतकाचे वाटेकरी
हिंदी कादंबरीकार
वर्मा
दैनिकाच्या कोपऱ्यांतच
आपले निधन सांगून जातात, फोटोविना!

- पलीकडे
साईबाबा मंदिरात फसलेली भक्ती,
'थोर मनाचा, अनंत गुणाचा
शिरडीचा राजा साईनाथ माझा'
गाणे गाते; किंचाळत असते,
वाऱ्यावर हेलकावत असते.
कुणीच ऐकत नसते
कान किटत असतात!

निळाईत फसलेला

मुक्त म्हणताच अवघे
डसताती बंध
गंध फुला आला ओला
आभाळले पंख
आकळता आकळेना
आगळे हे रूप गंध
आकार आकार.
कसे पाहाणे माझे हो
एक हास्याचा हा सूर
चरा अचरांत मज
माझी मला येई साद
आणि साथ -
फुटलेल्या वाटा वेड्या
फसवती मला
मीच व्हावे सुन्न आणि...
काही सुचेचना
चक्रांत की रुतलेला
की बाहेर सुटलेला ?
असा कधी कुंद धुंद
निळाईत फसलेला !

मिजास!

वसा घेतला
करवंटीचा
त्यांच्यासाठी.
वाळीत टाकले त्यानींच
करंटा म्हणून.
आणि इतरांनीसुद्धा
करंटा म्हणूनच.
समाधान पावतो;
काही बोलून असतात म्हणून
तर ते महाभयानक!
आपल्यावर उपकार करत असतात
दया दाखवून!
वसा घेतला,
'साधी राहाणी उच्च विचारसरणी'
महात्मा गांधींच्या शिकवणुकीचा!
- तरी करंटेपणाचा
भोगवटा संपत नाही -
'करंटा कुठला!'
बोळवण करतात.
मिजास मारावी
त्यानींच
झोपडीत राहून; साधेपणाची
जेव्हा त्यांचे इमले
झगमगतात, दिमाखात
शहराशहरांत.

काठाकाठाने...

काठाकाठाने...
पाणी
संथगार
आरपार
काठाकाठाने...
खळाळत्या लाटा
कधी
नुसती चुबूकचूळ
काठाकाठाने...
रोंऽऽ रोंऽऽ भयाकारी
काळापूर
काळ
कर्दनकाळ -
काठाकाठाने...
दूरांत बुडालेला
दूर
खळाळदर्या
काळा निळा
रोंऽऽ रोंऽऽ लाट
ताड माड
ठिकऱ्या ठिकऱ्या
आभाळात
काठाकाठाने...

जिभा चाटत
वळवळतो
पोटांत घुसवत
अस्तित्वाला
पुन्हा पुन्हा
फेसाळ भोंवरा
केसाळ होऊन
वळवळतो
काठाकाठाने...
शक्तिनिशी
असल्या नसल्या
भिरकावलेले
खडे
सड्यावरले;
तेही
पडतात
इथेच इथेच!
काठाकाठाने...

रस्ते

रस्ते म्हणतात,
……………
पुसतात मानव;
'कुठून कुठे जातात,
हे रस्ते?'
पण तेच
चालतात
अंगावरून आमच्या.
म्हणतात पण,
'रस्ते जातात
इथून तिथे!'
सामावलेले
त्यांच्या पावलांत
आमचे विस्तार,
आमच्या सीमा,
- त्यांचे जग.
कधी इथून तिथे
पार लांब,
रुंद मैदान आरपार.
वागवतो त्यांची गजबज
उरावर.
त्यांच्या भाळींचे
लल्लाट लेख

अनुभवतो...
अनुभवतो
उदयास्त
लाख सूर्यांचे
शहराशहरांत
निमिषार्धांत
कधी सोडून वर्दळ
काठाकाठाने
- गंधांचे भान यावे
थरारत यावे
गुंतत जावे;
हात हातांत
उतावळी कुजबूज
कवटाळणे मिलनोत्सुक -
....
अडतो पाय
तर...
जावे लागते निमूट पुढे
त्याच्यासाठीच
ऐकत ऐकत
निरव नाद
अखेर;
अखेरी!

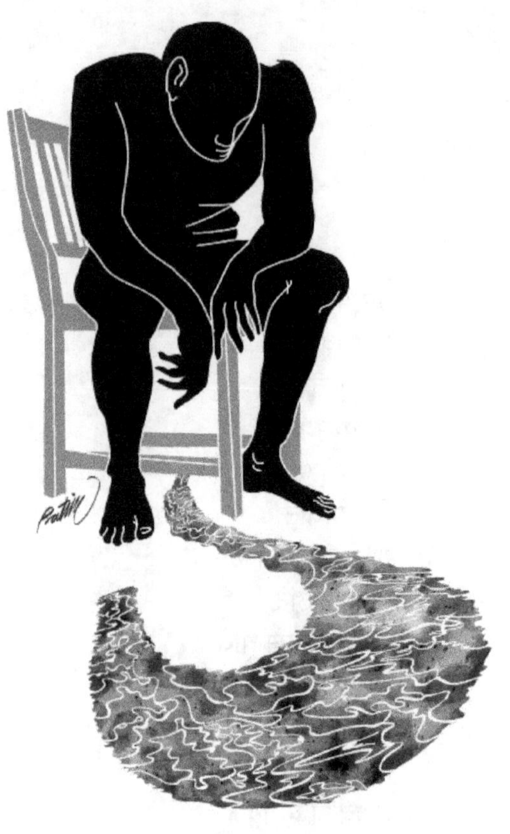

आता मी सावरलोय

आता मी सावरलोय
माझ्या दोन पायांवर...
- तेव्हा माझे जग दिसले फक्त
माझ्या पायांखालील जमिनीइतके
इतके की, श्वास घ्यायला अवसर मिळाला.
आता मी स्थिरावलोय
माझ्या दोन पायांवर -

धुंडतोय मी आता
विहंगम दृश्यांत;
पाऊलखुणा माझ्या.
कुठेच दिसत नाहीयेत;
जमिनीवरचे ठसे?
आकाशपटलावर, अवकाशांत?
प्रश्नच नाहीय
दिसण्याचे असे ठसे
जमिनीवरचे.
आता मी सावरलोय
माझ्या दोन पावलांवर!

डोह जळ

आकाशाला फुटली फांदी
जळडोहाची…
जळडोहाचे पाणी पाणी
थरारते आत आत
मन आकाशाचे
पोशीत पोशीत
तारकांच्या किलकिल्या डोळ्यांमध्ये
पटवते ओळखीला;
आकशाच्या -
संपवते रात्र रात्र!
चांदण्याच्या फांदीखाली
उभे निवांत अस्वस्थ…
डोकावताच आकाश
डोळा चांदण्याची जादू
दचकले डोहभर
आणि झाले काळेभोर -
खुळे म्हणे,
'आकाशच थिटे
माझ्या अंतरांत भिजे!'
वाहे वाऱ्यावर आणि
क्षितिजाच्या वाकणांत
अडलेल्या पावलाशी
घुटमळे आकाशाच्या

अनुभव

जेव्हा तुम्ही जेवत असता
तेव्हा जेवू घालायचे काम,
आणि उष्टी खरकटी वगैरेसाठी
मागे राहायचे आमचे व्रत असते
लोक विचारतात आणि विचारतात
कामात असतो आम्ही तेव्हा !
आणि तुम्ही जेवावे, आनंद फुलवावा
या विवंचनेने
आम्ही भूक तहान झोप,
विसरलेले असतो आराम.
थिएटरमध्ये रंगतो जेव्हा
प्रोग्रॅम
असतो बाहेर आमचा जागर तेव्हा -
अनुभव असतो
वंचित आम्हाला ;
हर्ष विमर्ष यशस्वीतेचा
यशोमंदिराची
धरलेली वाट चालत असतो ;
बाळगीत गर्भ अपयशाचा !
कळत नसतो आपल्यालाही ?
घ्यावा वाटतो,
मरणाचाही अनुभव
पण नकोच,
मरत जगण्याचा अनुभव
येणार नाही मग !

शब्दधन ग्रंथी!

आलो केव्हा या जगी
कसा पातलो कळेना
पान उघडता तुझे
दिसे बालपण माझे
असे तरी कसे... म्हणू?
आदी अंता सीमेपार
इंद्रियांवेगळा प्रकाश
सोबतीला... प्रवासात...
किती ठसे पावलांचे...
विरलेले किती
पानापानांवर त्यांची
पाहू रांगोळी मी किती?
माझे आजोबा, पणजोबा...
पूर्वजांच्या खुणा
जागवती, जागवती
पानापानांवर तुझ्या,
- तुझ्या उजेडात
प्राचीन तो प्राचीनातला;
काल होता, आज आहे
उद्या असणार आहे आणि परवाही...
वाचत कथा पानापानावर
आपलीच जन्मोजन्मीची
जन्मोजन्मी!
शब्दांमागले अवशेष
जपले शब्दांत ठेवून - कवतिक -

पानोपानी त्याच
माणसाने माणसाला
शोधायास्तव स्वतःच स्वतःला
मांडत बसलो गणित
पानोपानी त्याच!
उसवत एक एक धागा;
गुंतत गेलो,
गुंतवत गेलो
प्रकाशाला मीच पकडले
प्रकाश स्वतः होण्यासाठी!
अक्षरा अक्षरांत रेखला तो प्रकाश
मागून पुढे नाते सांगत
वाट पाडत आपली; पुढच्यांसाठी!
- का आपल्यासाठी? आपल्या खुणा उमटवून!
'कोण बाहुले? खेळ नियतीचा?
कोण कुठले आपण?' म्हणत -
'माणूस माणसासाठी'
हे सांगते पान पान बांधल्या या ग्रंथाचे!
चालत्या बोलत्या विश्वात, प्राणीमात्रांत,
आपलेच प्रतिबिंब पाहात बसलेल्या त्याचे;
आपलेच चित्र कोरतो तो ग्रंथांत -
तोच ग्रंथ जादू जसा -
पानापानांत फुलतो होऊन प्रकाश तोच माणूस!
प्राणीमात्राचे काम नव्हे -
जगांतून जगावेगळं सांगतात हे; त्याचेच ग्रंथ!
कधी हिरव्या हिरव्या गालिच्यावर

मऊ मुलायम वळणे घेत.
तीच पाने उलगडत;
बांधून काखोटीला
झेप घेतो आकाशी
तो कवटाळण्या प्रकाश -
होऊन दिवा अवतरण्यासाठी
घिरट्या घेत, गिरक्या घेत,
त्याच पानांशी निगडित धागा धरून;
हे पान पान पुस्तक भरी.
निर्मायाला प्रति सृष्टीची हमी देत मिटून आहे.
कळ दाबताच
केवढी सृष्टी उभी,
सुरांत न्हायलेली
रंगांनी बहरलेली
कडू, गोड, आंबट, तिखट जिव्हेवर विरघळणारी -
त्याच जिव्हेतून उमटवणारी
प्रथम वाणी वाल्मिकीची
शब्दाशब्दांत झुंजूमुंजू!
'उभे जग माझ्यात', म्हणण्याची हिंमत व्यासाची
शब्दाशब्दांतून
आव्हाने देत उभी; माणसास!
'मातीची कास सोडून
आत्म्याला हात घाल' सांगण्याची;
मातीच्याच हातांनी पण!
सूर मात्र आदी अंता सीमेपार
त्या अमर गीताचे सूर
आज माणूस आळवत बसला आहे;

आपल्या आपल्या शैलीत.
पाहा ते पानोपानी
ज्याच्या त्याच्या गुंतलेल्या ग्रंथोग्रंथी.
मानव नावाचा प्राणी असेपर्यंत.
मानवांनो,
आपल्याच सुराची
आपल्याला ओळख हवी आहे ना?
मग उघडा ग्रंथाचे पान एक एक,
जे झेली आव्हानांना
पराक्रमाचे गीत गात पण,
उजेडी अंधेरी - अंतर्बाह्य
युद्धाचे प्रसंग रात्रंदिन
याचे ज्ञान पानोपानी.
एक सूर, एक ताल
- नसतो तेव्हा धरायचा असतो -
माणसामाणसांतच सीमा ठेवून
प्रदेशांच्या... भाषांच्या...
त्यातून अनेक छोट्या मोठ्या भेदाभेदांच्या...
देत आव्हाने, आवाहने करत
यज्ञ रचित
तत्त्वज्ञानांची शिखरे उभवत
फडकावत त्यावर आपआपली निशाणे
गात चालत एक सूर!
आले गेले राजे
त्यांचे त्यांनीच बांधलेले पुतळे
माणसांनी वाहू दिले
छिन्न भिन्न

विस्मरणाच्या वाटेला
- या उलट -
त्यांचे रंगरूपातले गोड सूर
उमटले ज्या पानापानांवर
'कृतीशील वीर पुत्रांनो,
वीरता गायलासुद्धा
लागतात;
ठसे उमटवून घेणारी कागदाची पाने!
ओघ ओतत खळ खळ
फुले उडवत चांदण्याची
ध्येयवेडी शब्दसृष्टी पिढ्यान्पिढ्या जागवत'
'कवी तो होता कसा आननी?'
पाहा माझ्या शब्दांत, पानापानांत.
मेल्या मुडद्यांतसुद्धा
वीज चमकवणारी प्रतिभा
वाणीबद्ध!
प्रतिभा कवीची
माणसाची मानवासाठी
निर्झरणी;
आपल्याच कवतिकाची
पानोपानी या ग्रंथी!
शब्द चैतन्याचे लास्य
प्रकाशाचे हास्य
ओसंडले धन अवघेचि
या ग्रंथी!

प्राक्तन

एक, दोन, तीन...
ही यादी दुःखांची नव्हे, वेदांताची नव्हे, नव्हे रड
आपली गाथा -
कोण्या पांथस्थाला
वाहात्या गंगेत सापडली तर -
तर म्हणेन, 'एक एक पान वाचा.'

आठ कबुतरे, -
आता नववेही
उडतात कड्यावरून
तरंगतात हवेवर
पुन्हा येऊन बसतात तो...
कडाच बुडतो धरणीकंपात!
- आणि ही कबुतरे तरंगतात अजूनसुद्धा!

एक पक्षी सुखी
त्याला नसतात माणसाची इंद्रिये
- निदान माहिती!
आणि ती येतात तरी
गळतात त्याच्या जन्माच्या वाटेवर
आणि तरंगतो नुसताच पाण्यावर;

एकाकी -
काळोख्या रात्री घरकुल हुडकत.
अधांतरी थरथरता एक प्रकाशाचा थेंब
जे सर्वस्व - स्वर्ग माहीत नसूनसुद्धा !

आज काळ लोटला
तारा तुटल्या
स्वर लागला
स्वराची तार झाली
तारेला नुसती लोंबकळतात
पूर्व जन्मीची गिधाडे - प्राण गेला तरी
- पण विश्वसत नाहीत;
माडीतल्या गुलगुलीत गिरद्यांवर;-
भुलत नाहीत.
कावळे आयुष्याचे भाग्य
कावळे चाखोत बापडे
मेलेल्यांची 'काव काव' करत !
अजून अणूच्या लांब युगात; - आणि क्षणाच्याही !
संवेदनांचे पक्षी एका बरणीत कोंबून
काळ पहारा खुशाल करू दे -
मुरलेल्यांचे! कुपीतले जादूचे जग
त्याला उभे करू दे -
आता त्याच्याही लोणच्याची आम्हाला पर्वा नाही.
सारे पक्षी शेवटी
बसलेले चोची खुपसून उरांत
- बसू देत.

सळसळणारी पिंपळपाने
चमचमणारे काजवे काजवेच
बुडाले काळोखात.
आता ते जिते झाले
तरी त्यांच्या भुतांचे सोयरसुतक बुडाले
फक्त राहिल्या त्या क्रिया
मेलेल्यांच्या; जित्या जागत्यांस्तव !
आणि बाकी नाचतात
पिंगा धरून लयीत
पिशाच्चे भेदाभेदांची,
जगाचे मढे नाचवीत

जितेपणी जळतात संत
जगाच्या कल्याणा.
तेव्हा जगाचे मढे खड्ड्यातसुद्धा
रिवरिवत असते
संतांचे जळणे संपते तेव्हा
मढ्याला वाचा फुटते
आणि होतात साजरे दिवस
संतांच्या मरणांचे
यात्रा त्यांच्या पंढरपूरच्या वाटेला
'ग्यानबा तुकाराम'च्या घोषांत !
आणि जित्या ग्यानबा तुकारामाच्या हातांत नरोटी
बुडायची नाही जी
नुसतीच रिती !

जित्या बळजोरीत सृजनाची आशा
माणुसकीला वांझ निराशा
परस्परांचे मैत्र जडो :
काळापुढे दहा पणत्या
प्रकाशाचे स्वप्न
आशेच्या लेकराची लाख बारशी !
शून्यात उदात्ततेची दिवाळी
दिवाळांचे चेतन !
नाहीतर सगळेच शेण
किड्यांसाठी
फक्त किडा -
''किडा' राहात नसतो'
हेच ऐकायचे प्राक्तनात
प्राक्तन !

शब्द

साध्या माणसांना आपले शब्दसुद्धा
साधे सरळ वाटतात
पण त्या शब्दांवर
सर्वांचाच हक्क असतो
हे ते विसरतात.
अन् मग विपरीत अर्थात
बोलण्यातला अर्थ वाहात जाऊन
शब्दांचे संघर्ष होतात
अनुभवांच्या प्रांताप्रांतांत
तेच शब्द भिन्न अर्थ सांगतात
इतकेच नव्हे,
तर माणसामाणसांतील
त्याच जागी
त्याच्या त्याच्या पर्यावरणातही
भिन्न भिन्न अर्थ निघतात, होतात.
दुसऱ्याच्या मनात शिरायला
शब्द पुरे पडत नाहीत.
त्याच्या अंतःकरणात जाऊन
त्याच्या विचार भावनांना
भिडता आले तर...
अर्थ निघणारे शब्द
अर्थशून्य होतात.

याचा साक्षात्कार होतो
आणि इथेच -
संघर्षांची मुळी मुळेच नसतात
याची जाण येते.
कटुता नसतेच कुठे
असते ती मनांत, आपआपल्या!

घरास माझ्या खिडक्या हजार

माझ्या मनाला
हजार जिव्हा आहेत म्हणून
रमतो मी कशाकशात.
जिव्हा जिव्हांतून माझ्या चवी ओसंडतात
म्हणून मला आवडतात सगळ्याच गोष्टी आस्वादाच्या.
घरास माझ्या हजार खिडक्या,
दारे, हवी तितकी उघडी सताड.
चांद सूर्याला मोकाट जागा
जिथे तिथे
बागडायला, खिदळायला
झाक् उजेडात...
आणि लहरींवर डोलायला तालासुरांत
खगांना मुक्तछंद
दांड्या झुल्यांवर माझ्या घरात
माझ्या घरात उधळण अशी
रंगीबिरंगी विविधांगी -
फुलाफुलांत चमचम
लहान मोठी, मोठी लहान
नाच नाच लयीलयीत
माझ्या घरात.

हजार वाटांनी
आत बाहेर
बाहेर आत
दारादारांतून, दारा-खिडक्यांतून
सताड उघड्या;
नाच नाच लयीलयीत.
मनास माझ्या जिव्हा हजार
सगळ्यांतच गोडी अशी
रसना अपार -
घरास माझ्या खिडक्या हजार
दारेसुद्धा हवी तेथे
उघडी सताड!

कागद माझ्या कवितेचा

कविताही खूप झाल्या
ज्यात त्यात जिथे तिथे
जत्रेत या कवितांच्या
कागद माझ्या कवितेचा
उडाला कुठल्या कुठे;
दिसेना झाला
लोटा लोटीत शोधतोय अजून
हरवलेला कागद माझ्या कवितेचा

मन

एकाच वेळी
सर्वत्रच असा वास
दरवळत आहे.
कळत राहाते कोणाला 'हे' ?
एकाच वेळी
मन माझे भरून येते
अंधारून
भेटण्याची त्याच त्याला
वाट पाहाते
एकाच वेळी असे मन
फिरत असते;
स्वच्छ सूर्याला हातात धरून
न्याहाळण्याचे स्वप्न बाळगून -

वाटा बंद असतात

प्रवासाच्या एका वळणावर
सगळ्या वाटा बंद होतात
आपली सगळी इंद्रिये कशी
पोटात पाय घेऊन
गुडूप होऊन पडलेली असतात.
संपर्काची सगळी माध्यमे
असून नसल्यासारखी असतात, होतात,
आपल्याला.
केलेला प्रवास स्मरणांतून
कळत नकळत
आपण करत असतो
पुन्हा पुन्हा मनात.
याही आवृत्त्यांचा ढीग
बसतो मणामणाच्या बेड्या होऊन पायात.
थकून भागून
सांदी कोपऱ्यांत पडून राहतो.
दिवे उजळतात
मिटतात.
रस्ते लख्ख उजेडात पुढे
कुणासाठी ?
- आपण इथे तिथे मिळेल तिथे पडलेले...

अशा असतात वाटा बंद,
आपण मळलेल्यासुद्धा,
अगतिक जागी आपण
खटाटोपांत आठवण्याच्या
वळणावर अशा एका;
सगळ्या वाटा बंद असतात...

माझी कविता

कविता ठेवल्या नीट लिहून
जपून जपून ज्या वहीत,
काढतो ती आणि वाचतो
एक एक कविता मजा म्हणून
ऐकवतोही कधी त्यातलीच
कविता एखादी.
कुण्या निकट रसिकाला संधी मिळताच.
मीही होऊन एक रसिक
वाचतोही अन् ऐकतोही!
माझी कविता.

कविता इथे तिथे

कविता इथे तिथे सर्वत्र
वाचून, प्रसारित करणे जमत नाही...
माझ्या मला
माझ्या वावरातून आणि शब्दांतून
जगण्यातून जेवढा जितका मी असतो
त्या माझ्या लोकांना समजते
समजते त्यांना ती शब्दाविणेही
भेटतेही त्यांना ती.
याहून आणखी काय हवे?

कवितेला नव्हते कळत!

कवितेला नव्हते कळत प्रेम सीधे साधे
ओढ अदृष्टाची म्हणून
अडकत नव्हती कविता शब्दांत?
आणि नाहीही आता मुळी अडकत...
रंगारंगांच्या बरसातीतून
साकारलेले इंद्रधनुष्य विरताना -
आकाश पांढरे शुभ्र,
फूल उमलताना आसमंत एकात्म
आकाराविना, शब्दाविना, रंगाविना, संवेदनाविना
उमटतात लहरींवर लहरी
शब्द होण्याआधी
विरघळतात
अथांग दर्यात.
अशी माझी कविता
शब्दांत अडकतेही आणि अडकत नाहीही.

आपण काय असतो

आपण काय असतो
आपल्याला ठाऊक असतं
लोक लावतात लेबले किमतीची
आपल्यावर
आपल्यापरी

खुशीत झाडे झुलती

खुशीत झाडे झुलती
झुलवी त्यांना वारा
पिउनी पाऊस धारा
तृप्त मनाने
हिरवा श्रावण
हसला पिवळा.

कवीचा परिचय

गोविंद अनंत कुळकर्णी

जन्मठिकाण	: मु. पो. फुणगूस, ता. संगमेश्वर, जिल्हा रत्नागिरी
जन्मतारीख	: १५ मार्च १९३८
शिक्षण	: एमए मराठी, संस्कृत, बी. लिब. एस्सी. मुंबई विद्यापीठ

व्यवसाय : 'चेंबूर एज्युकेशन सोसायटी'च्या चेंबूर हायस्कूलमध्ये ग्रंथपालाची छत्तीस वर्षांहून अधिक काळ नोकरी.

'चेंबूर हायर सेकंडरी कॉलेज', 'चेंबूर एज्युकेशन सोसायटी'चे बीएड कॉलेज या दोन्ही ठिकाणी काही वर्षे ग्रंथपालाची अर्धवेळ नोकरी.

अधिक माहिती : 'चेंबूर एज्युकेशन सोसायटी'च्या 'चेंबूर हायस्कूल'चे माजी विद्यार्थी असल्यामुळे माजी विद्यार्थी संघटनेचे क्रियाशील कार्यकर्ता म्हणून काम.

'मुंबई माध्यमिक शाळा ग्रंथपाल संघटने'त कार्यकर्ता आणि उपाध्यक्ष म्हणून काम.

छंद आणि आवड : वाचन, लेखन, नाटक, लोककला पाहणे आणि संगीत ऐकणे.

नोंद : १९५६-५७ चा आदर्श विद्यार्थी म्हणून चेंबूर हायस्कूलची फिरती ढाल मिळाली.

एस. आय. इ. एस. कॉलेज मॅगॅझिनमधील लेखनाला 'बेस्ट कॉन्ट्रिब्युशन' पारितोषिक मिळाले.

'फुणगूस नाट्य मंडळ' आणि 'मुंबई माध्यमिक शाळा ग्रंथपाल संघटने'च्या स्मरणिकेचे संपादक म्हणून काम केले.

सन १९७० च्या दशकांत काही नवोदित नियतकालिकांमध्ये लेख आणि कविता प्रसिद्ध झाल्या.

अंतर्गत प्रकाशित झालेली पुस्तकं

अ.क्र.	पुस्तकाचे नाव	लेखकाचे नाव	विषय/ कॅटेगरी	किंमत
१.	पौर्णिमेच्या कथा	चिंतामणी देशपांडे	ललित	१३०/-
२.	मनाच्या आरश्यात	प्रिया खैरे पाटील	ललित	२४०/-
३.	दृष्टी	कांचन शेंडे	ललित	१९०/-
४.	चित्रकर्मी	आशिष निनगुरकर	ललित	२९९/-
५.	माझी भटकंती	दिलीप वैद्य	ललित	१५०/-
६.	कृष्णं वंदे जगद्गुरूम	श्यामसुंदर राठी	ललित	१९९/-
७.	केशव-लक्ष्मी कृपा	राधिका श्रीराम घोरपडे	ललित	१३०/-
८.	गंधाळलेली फुले	यशवंत पाटील	ललित	१९०/-
९.	भवताल	मनीषा आवेकर	ललित	१८०/-
१०.	अभिनयांकित	जयश्री दानवे	ललित	२५०/-
११.	फुलांच्या दुनियेत	मृणाल तुळपुळे	ललित	१७०/-
१२.	मुरडण	बालाजी मदन इंगळे	ललित	१३०/-
१३.	कवडसे	डॉ. अरविंद वैद्य	ललित	३५०/-
१४.	राम तोचि विठ्ठल	शीला देशमुख	ललित	१५०/-
१५.	भावबंध	मोहन सरडे	ललित	१७०/-
१६.	फुलबाग	सुरेश गर्जे	ललित	१२०/-
१७.	पैसा, पैसा आणि पैसा	सुरेश गर्जे	ललित	१७०/-
१८.	भारतभर सायकलभ्रमण	दत्तात्रय मेहेंदळे	ललित	३७०/-
१९.	आहे सुगम तरी...	विजय श्रोत्रिय	ललित	२२०/-
२०.	हे जीवन सुंदर आहे	मंगेश चौधरी	ललित	२५०/-
२१.	मनतरंग	प्रिया खैरे पाटील	कविता	१३०/-
२२.	आत्मसंवाद	रमेश राठोड	कविता	१३०/-
२३.	साद	पुष्पा तारे	कविता	१६०/-
२४.	वाट चालता चालता	पुष्पा सराफ, रोशनी	कविता	१३०/-
२५.	पाऊलवाटेवर चालताना	सुचेता अवसरे	कविता	१३०/-

अ.क्र.	पुस्तकाचे नाव	लेखकाचे नाव	विषय/ कॅटेगरी	किंमत
२६.	बापा तुझं आभाळ	हनुमंत भवारी	कविता	१३०/-
२७.	प्रपात	प्रणव लेले	कविता	१२५/-
२८.	बासरी	किरण वेताळ	कविता	१२५/-
२९.	भरून येणाऱ्या डोळ्यांतून	अरुणकुमार जोशी	कविता	१२०/-
३०.	An Eternal	Dr. Arjun Shirsath	कविता	140/-
३१.	चैत्रपालवी	चैत्राली कुळकर्णी	कविता	१८०/-
३२.	काट्यातले मोरपीस	अरुण कटारे	कविता	१८०/-
३३.	पालवी	काशीराम बोर	कविता	१३०/-
३४.	अंतरंग सावल्यांचे	सदाशिव शेंडे	कविता	१९०/-
३५.	कोवळी पाने	संदीप काळे	कविता	१२५/-
३६.	सप्रेम	अर्जुन शिरसाठ	कविता	१४०/-
३७.	साष्टांग	अर्जुन शिरसाठ	कविता	१४०/-
३८.	माणूस म्हणून जगा	उदय माळगावकर	कविता	२६०/-
३९.	जीवन प्रवाह	दीपक भोजराज	कविता	२६०/-
४०.	मुक्तछंद	डॉ. स्मिता झंवर	कविता	१२०/-
४१.	काव्यसुधा	प्रकाश निर्मळे	कविता	१२०/-
४२.	तळ धुंडाळताना	ज्योती जोशी	कविता	२५०/-
४३.	स्वर व्यंजनी	प्रसाद पाठारे	बालकविता	१२०/-
४४.	रुपक कथा	शशांक देव	कथा	९९/-
४५.	मोलाची ठेव	कृष्णा पाटील	कथा	२२८/-
४६.	छोड अकेला फिर जाओ	उर्मी रुमी	कथा	१७०/-
४७.	धूमधडाका	मयूरेश कुळकर्णी	कथा	२३०/-
४८.	ठिकरीची फोडणी	अशोक कांबळे	कथा	१९०/-
४९.	वाटणी	कृष्णा पाटील	कथा	२५०/-
५०.	कर्मफल	काशीराम बोरे	कथा	१८०/-
५१.	गढीवरच्या आईसाहेब	डॉ. यशवंत पाटील	कादंबरी	१५०/-
५२.	द्रौपदीबाई पठाण	प्रिया गोगावले-विखे	कादंबरी	१६०/-
५३.	रुबाब	अमोल सोंडकर	कादंबरी	१४०/-
५४.	घेरं	वासुदेव डहाके	कादंबरी	६७०/-
५५.	होम मिनिस्टर	युवराज कोरे	कादंबरी	१८०/-
५६.	तडजोड	निवृत्ती जोरी	कादंबरी	४९९/-
५७.	एक होती यशोदा	सुनील पांडे	कादंबरी	१२५/-

अ.क्र.	पुस्तकाचे नाव	लेखकाचे नाव	विषय/ कॅटेगरी	किंमत
५८.	व्यक्तिमत्त्व विकासाचा कोलाज	विनोद बिडवाईक	सेल्फ हेल्प	२००/-
५९.	स्वयंविकासाची स्वयंप्रेरणा	विनोद बिडवाईक	सेल्फ हेल्प	२२०/-
६०.	शिवसूत्र	योगेश क्षत्रिय	सेल्फ हेल्प	२९०/-
६१.	Vitality in human resource	Vinod Bidvaik	सेल्फ हेल्प	299/-
६२.	Holistic approach	Vinod Bidvaik	सेल्फ हेल्प	120/-
६३.	महासत्तेच्या वाटेवर	युवराज कोरे	माहितीपर	१४०/-
६४.	इंडिया डायरी	प्रमोद देशपांडे	माहितीपर	२००/-
६५.	India Dairy	Pramod Deshpande (English)	माहितीपर	240/-
६६.	कचराकोंडी ते पंधरा कोटी	सतीश वैजापूरकर	माहितीपर	१८०/-
६७.	रेन वॉटर हारवेस्टींग	प्रवीण खांडवे	माहितीपर	१९९/-
६८.	ईशोपनिषद	सुरेश गर्जे	अध्यात्म	१५०/-
६९.	रामराज्य	सुरेश गर्जे	अध्यात्म	१७०/-
७०.	तुका आकाशाएवढा	सुरेश गर्जे	अध्यात्म	२२०/-
७१.	Unalome	Shweta Bharati	अध्यात्म	250/-
७२.	शिंपल्यातील मोती	अंजना चौगुले-चावरे	चरित्र	१९९/-
७३.	विवेकवेल	वसंत गायकवाड	चरित्र	४९९/-
७४.	Karmaveer Bhaurao Patil: Life and work of a rebel	Bharat Kavathekar	चरित्र	190/-
७५.	द जेनेटिक वेडिंग रिंग	मंदार मुंडले	नाटक	९९/-
७६.	The genetic wedding ring	Mandar Mundale	नाटक	99/-
७७.	महाविनाशाची पदचिन्हे	भाऊराव मुळे	नाटक	४९९/-
७८.	प्रवासातून प्रबोधन	श्रीराम भास्करवार	प्रवासवर्णन	१९०/-
७९.	माझा युरोप प्रवास	अशोक केसरकर	प्रवासवर्णन	२८०/-
८०.	लंडन डायरी	रूपाली पाटील-मिरासदार	प्रवास	२२५/-
८१.	ओवीरूप भगवद्गीता	आर. जी. पाटील	तत्त्वज्ञान	८७०/-
८२.	ऋग्वेद अर्थसार	बापू कुंभार	तत्त्वज्ञान	४७०/-
८३.	आरोग्यधाम	बी. के. तेली (चौधरी)	आरोग्य	१५०/-

अ.क्र.	पुस्तकाचे नाव	लेखकाचे नाव	विषय/ कॅटेगरी	किंमत
८४.	Andra Recipe	Vijaya Lakshmi	पाककला	990/-
८५.	संपूर्ण दीपरामायण	दीपक करंदीकर	महाकाव्य	१४९९/-
८६.	भुकेलेल्या देशाची कृषि महासत्तेकडे वाटचाल	अनिल शिंदे	सामाजिक	२६०/-
८७.	'जागृती'तून जागृतीकडे	जयश्री काळे	सामाजिक	३८०/-
८८.	We are the quarry, fate	Prasad & Shubhada	Non-	
८९.	Rede an Das Gewissen	Dr. Rajendra Padture	Spiritual (Translation)	499/-
९०.	Incremental learning of Electricity Smart Meter Data	Archana Y. Chaudhari Preeti Mulay	टेक्निकल	850/-
९१.	अक्षर ओळख	ज्योत्स्ना पास्ते	शैक्षणिक	१९९/-
९२.	सामर्थ्य विचारांचे	सतीश सूर्यवंशी	सुविचार	२५०/-
९३.	अन्नगाथा	डॉ. मृणाल पेडणेकर	विज्ञान	१४०/-
९४.	निवडक डॉ. गिरीश दाबके	डॉ. गिरीश दाबके	संपादन	५२०/-
९५.	Titan slayers	Soha Mehendale	कॉमिक	180/-
९६.	एक कण आयुर्वेदाचा	वैद्य रमा खटावकर	वैद्यकीय	२९९/-

पुस्तक खरेदीसाठी संपर्क : ८८८८८४९०५०

पुस्तके ऑनलाइन उपलब्ध

amazon.in / flipkart/ https://sakalpublications.com

www.ingramcontent.com/pod-product-compliance
Lightning Source LLC
LaVergne TN
LVHW010537200726

843506LV00013B/2857